I0535089

www.ingramcontent.com/pod-product-compliance
Lightning Source LLC
Chambersburg PA
CBHW030151200626
46812CB00016B/1791
* 9 7 8 8 1 8 4 9 8 4 0 6 4 *

याला जीवन ऐसे नाव

संजीव परळीकर

मेहता पब्लिशिंग हाऊस

◆ *या पुस्तकातील लेखकाची मते, घटना, वर्णने ही त्या लेखकाची असून त्याच्याशी प्रकाशक सहमत असतीलच असे नाही.*

YALA JIVAN AISE NAV by SANJEEV PARALIKAR

याला जीवन ऐसे नाव : संजीव परळीकर / माहितीपर

© अनिता परळीकर

प्रकाशक   : सुनील अनिल मेहता, मेहता पब्लिशिंग हाऊस,
                १९४१, सदाशिव पेठ, माडीवाले कॉलनी, पुणे - ४११०३०.

मुखपृष्ठ   : चंद्रमोहन कुलकर्णी

आतील चित्रे : घन:श्याम देशमुख

प्रकाशनकाल : ऑगस्ट, २०१२ / जुलै, २०१३ / पुनर्मुद्रण : नोव्हेंबर, २०१८

P Book ISBN 9788184984064
E Book ISBN 9789387319509
E Books available on : play.google.com/store/books
                        www.amazon.in/b?node=15513892031

प्रस्तावना

आजपर्यंत मेहता पब्लिशिंग हाऊसने माझी सात पुस्तके प्रसिद्ध केली. माझ्या प्रत्येक पुस्तकात मी कोणतातरी विशिष्ट विषय निवडून त्यावर लिखाण केले होते. हे पुस्तक माझ्या बाकीच्या सात पुस्तकांपेक्षा वेगळे आहे. येथे कोणता विशिष्ट विषय नाही. ज्याप्रमाणे इसापनीती, हितोपदेश ह्यांमध्ये वेगवेगळ्या प्राण्यांच्या गोष्टी असतात व त्या गोष्टी माणसाच्या दृष्टिकोनावर प्रकाश टाकतात, त्याचप्रमाणे ह्या पुस्तकात मी सुरुवातीला काही गोष्टी लिहिलेल्या आहेत, त्या गोष्टींपैकी काही मी कॉलेजात असताना ऐकलेल्या आहेत, तर काही गोष्टी कॉर्पोरेटमध्ये असताना वक्त्यांकडून ऐकलेल्या आहेत किंवा काही गोष्टी माझ्या वाचनात आल्या आहेत, पण ह्या गोष्टींमुळे माझ्या आयुष्यावर दूरगामी परिणाम केला; त्या गोष्टी आणि त्यातून घ्यायचे धडे, त्याचा माझ्यावर झालेला परिणाम वगैरे वगैरे मला वाचकांसमोर मांडावेसे वाटले.

– संजीव परळीकर

अनुक्रमणिका

१

जे काही होतं ते चांगल्यासाठीच होतं!

एक राजा होता. तो शिकारीचा शौकीन होता. बऱ्याचवेळा तर तो एकटा जंगलात जाऊन शिकार करीत असे.

एक दिवस तो आपल्या प्रधानजींना बरोबर घेऊन शिकारीला गेला. ह्या प्रधानजींना एक विचित्र सवय होती. त्यांच्याशी कोणी एखाद्या प्रसंगाबद्दल, समस्येबद्दल किंवा कशाहीबद्दल बोलले, तर शेवटी हे प्रधानजी बोलायचे 'जे काही होतं ते चांगल्यासाठीच होतं!' त्यांच्या ह्याच सवयीमुळे त्यांना शिकारीला गेल्यावर एका कठीण प्रसंगातून जावे लागले.

राजा आणि प्रधान दोघेच घनदाट जंगलात वाघाच्या शिकारीच्या निमित्ताने फिरत होते. अनेक तास काहीही न खातापिता ते फिरत होते. राजा खूप वैतागला होता. एक तर शिकार नाही मिळाली व काही खायलाही नव्हते, पण ह्याबद्दल बोलल्यावर प्रधान म्हणाला, ''महाराज, जे काही होतं ते चांगल्यासाठीच होतं.''

त्यावर राजा आणखी वैतागून म्हणाला, ''ह्यात काय चांगलं चाललंय?''

पुढे काही वेळाने त्यांची शिकार त्यांना दिसली. खरं म्हणजे वाघ अचानकपणे झुडपातून त्यांच्यापुढे साक्षात यमराजासारखा उभा ठाकला. त्यांची वाघाशी झटापट झाली. कसाबसा त्यांचा जीव वाचला खरा, पण त्या झटापटीत त्या राजाची एका हाताची करंगळी पूर्णपणे निखळली. वाघाला फक्त करंगळीवर समाधान मानावे लागले व तो निघून गेला. वाघ निघून गेल्यावर राजा आपल्या पंजाकडे पाहत होता.

प्रधानजी हळूच म्हणाला, ''महाराज, जे काही होतं ते चांगल्यासाठीच होतं!'' त्यावर राजा एकदम संतापला. राजाने प्रधानाला शिक्षा द्यायची ठरवली. त्याने प्रधानाला उचलून जवळच्या विहिरीतच फेकून दिले. नशिबाने त्या विहिरीत पाणी कमी होते. प्रधान वाचला. तो गुडघाभर पाण्यात उभा होता. राजाने विहिरीच्या काठावरून विचारले, ''आता जे काही झालं ते चांगल्यासाठीच का?'' त्यावर प्रधान म्हणाला, ''हो महाराज, जे काही झालं ते चांगल्यासाठीच झालं. विहिरीत पाणी कमी होतं. बरं झालं! तुम्ही मला ह्याच विहिरीत फेकलं.'' राजा म्हणाला, ''मग मर!'' व एकटाच त्या जंगलात निघून गेला.

झाडाझुडपांतून थोडं अंतर पुढे गेल्यावर त्याला एका भिल्लांच्या जमातीने पकडलं. हे भिल्ल देवाला प्रसन्न करण्यासाठी नरबळी शोधत होते. हा राजा आयताच त्यांच्या तावडीत सापडला. राजाला जेव्हा कळलं की हे आपल्याला बळी देणार आहेत तेव्हा तो त्यांना सांगू लागला की, ''मी राजा आहे. मला सोडा, मी तुम्हाला इनाम देतो.'' त्यावर ते भिल्ल म्हणाले, ''अरे वा! तू राजा आहेस? मग

तर तुला बळी दिलाच पाहिजे. देवाला आम्ही शाही रक्त अर्पण करू, मग देव आमच्यावर लगेच प्रसन्न होईल.'' ते भिल्ल त्यांच्या चेटक्याला बोलावतात. चेटक्या येतो व पहिल्याप्रथम त्यांनी आणलेल्या बळीची तपासणी करतो. तो राजाच्याभोवती फेरी मारतो व त्याला तपासतो, त्यानंतर तो एक आरोळी ठोकतो,

''हा बळी चालणार नाही. ह्या बळीमध्ये दोष आहे. हा अपूर्ण बळी आहे. ह्याला एक बोट कमी आहे. देवाचा कोप होईल. ह्याला सोडून द्या आणि दुसरा बळी घेऊन या.''

ते भिल्ल राजाला सोडून देतात. त्या भिल्लांच्या तावडीतून सुटल्याबरोबर राजा धावत त्या विहिरीकडे येतो व प्रधानाला बाहेर काढतो. राजा प्रधानाला म्हणतो, ''प्रधानजी, माझी करंगळी कापली गेली तेव्हा तू म्हणाला होतास की, 'जे काही होतं ते चांगल्यासाठीच होतं, ते अगदी खरं आहे. जर माझी करंगळी कापली गेली

नसती तर आज मी बळी दिला गेलो असतो, त्यामुळे तू जे काही बोललास ते खरं झालं. तुझ्या तोंडात साखर पडो. मी तुझा अत्यंत आभारी आहे.''

त्यावर प्रधान म्हणतो, ''महाराज! माझे आभार मानायची काही गरज नाही, उलट मीच तुमचा आभारी आहे. तुम्ही जर मला विहिरीत टाकले नसते तर मी पूर्ण बळी झालो असतो, त्यामुळे मीच तुमचा आभारी आहे, पण इथेसुद्धा मी म्हणतो तेच खरं झालं. जे काही होतं ते चांगल्यासाठीच होतं.''

तात्पर्य

हा एक अतिशय सकारात्मक दृष्टिकोन आहे. कित्येक प्रसंग आपल्याला नकोसे वाटतात, कारण त्यात अपयश असते, नामुष्की असते; पण नियतीचा खेळ आपल्याला माहीत नसतो. आज अपयश किंवा नामुष्की वाटली तरी भविष्यात त्याचे परिणाम अतिशय चांगले होणार असतात. तोपर्यंत आपल्याला संयमाने काम करावे लागते. वरील गोष्टीत राजाला जे काही नामुष्कीचे प्रसंग वाटले, त्यातील नामुष्की काही वेळातच संपली. कदाचित ती काही दिवसांची असू शकेल, काही महिन्यांची असू शकेल किंवा काही वर्षांची असू शकेल, तोपर्यंत आपल्याला संयमाने कार्यरत राहण्याची आवश्यकता आहे, पण आपण जर सुरुवातीलाच खचून गेलो तर मग पुढे येणारे यश आणखी पुढे ढकलले जाण्याची शक्यता निर्माण होते. अशा प्रसंगात 'जे काही होतं ते चांगल्यासाठी होतं' हा बाणा घेतला तर आपण खचून जाणार नाही व आपल्या अंतिम ध्येयावर लक्ष केंद्रित करून, तात्पुरत्या नामुष्कीला हसतमुखाने सहन करण्याची ताकद निर्माण होते.

■

२

अरे संस्कार संस्कार...

संस्कार कसे होतात आणि त्याचा जीवनावर किती पगडा असू शकतो ह्यावर काही शास्त्रज्ञ प्रयोग करीत होते. त्यांनी चार माकडांना एका मोठ्ठ्या पिंजऱ्यात ठेवले. पिंजऱ्याच्या एका कोपऱ्यात एक शिडी लावली व शिडीच्या वरच्या पायरीवरून माकडांचा हात पोहोचेल अशा पद्धतीने छताला केळ्यांचा घड बांधला. माकडांना काहीही खायला दिले नाही. काही वेळातच माकडांना भूक लागली. ती केळी त्यांच्या नजरेतून सुटली नाहीत. झालं, ती माकडं लागलीच उड्या मारत त्या शिडीकडे जाऊ लागली. जसा त्यांचा शिडीला स्पर्श झाला तशी एक गंमतच झाली. चहू बाजूंनी त्यांच्या अंगावर बर्फासारख्या थंड पाण्याच्या धारा आदळू लागल्या. त्या धारा इतक्या थंड होत्या की त्याचा थंडपणा त्यांना बोचत होताच, पण धारांचा वेग इतका होता की ते पाणी साधं असतं तरीही टोचलंच असतं. हे असं झालं ह्याचं कारण असं होतं की, शास्त्रज्ञांनी एक स्वयंचलित यंत्र (Automatic System) बसवली होती. शिडीला कोणीही स्पर्श केला की लगेच चहू बाजूंनी बर्फासारख्या थंड पाण्याचे फवारे चहू बाजूंनी अतिशय वेगाने येतील व शिडी सोडली की ते फवारे थांबतील.

ह्या सगळ्या अचानक झालेल्या प्रकारामुळे ती माकडं भांबावून गेली, घाबरून गेली आणि ती सगळी शिडीवरून जमिनीवर कोसळली. थंडी बोचत होती आणि वेगाने येणारे पाणी टोचत होते. अशा अवस्थेत ती सगळी जमिनीवर आदळली. ह्या धक्क्यातून सावरायला त्यांना काही सेकंदच लागले असतील आणि त्यांच्या लक्षात आलं की थंड पाण्याच्या वेगाने येणाऱ्या धारा बंद झालेल्या आहेत, पण धक्का पूर्णपणे ओसरलेला नसल्यामुळे ती पिंजऱ्यात सैरभैर धावू लागली व शिडीपासून दूर गेली. थोड्याच वेळात ती सावरली व त्यांच्या भुकेने परत डोके वर काढले, परत ती शिडीवर गेली आणि परत तसेच झाले. शिडीला स्पर्श झाल्याबरोबर

चहू बाजूंनी अंगावर थंड पाण्याचे फवारे अतिशय वेगाने येऊ लागले. सगळी माकडे लागलीच शिडीपासून लांब गेली व फवारे लगेच थांबले, त्यानंतर तासभर तरी त्यांनी आपली जागा सोडली नाही. तासाभरानंतर एका माकडाने धीर केला व परत शिडीजवळ गेला. शिडीला धरल्याबरोबर चहू बाजूंनी थंड पाण्याचे जोरात फवारे आले- लागलीच त्याने शिडी सोडली व ते माकड लांब गेले, त्यानंतर मात्र त्यातील एकही माकड त्या शिडीच्याजवळ जायला धजावले नाही. पोटात प्रचंड भूक. पिंजरा मोकळा. त्यात काहीही अन्नपदार्थ नाही. एका टोकाला शिडी आणि त्या शिडीवर चढून गेल्यावर हाताला लागतील अशी पिवळी रसरशीत केळी लटकत होती. त्या केळ्यांकडे जाण्याचा दुसरा मार्गच नव्हता. ती सगळी माकडं बिचारी दुसऱ्या कोपऱ्यात शांतपणे बसली होती. आता त्यांच्या अंगातला जोरही कमी झाला होता. ती बिचारी सबंध दिवस आणि रात्र उपाशीच राहिली.

दुसऱ्या दिवशी त्यांना जुजबीच अन्न खायला दिले की जेणे करून त्यांच्या

पोटात भूक जिवंत असेल, पण तरीही त्यांपैकी एकही माकड त्या शिडीजवळ गेले नाही, जणू काही त्यांना ती शिडी दिसतच नव्हती. त्यांना जेवढे अन्न खायला दिले तेवढेच बिचारी खायची, नाही दिलं तर उपाशीच राहायची. आणखी एक गोष्ट केली व ती म्हणजे थंड पाण्याच्या फवाऱ्याचे स्वयंचलित यंत्र बंद केलं. याचा अर्थ आता कोणतेही माकड शिडीजवळ गेले व शिडीला स्पर्श केला तरी एकही थंड पाण्याचा फवारा उडणार नाही.

आता शास्त्रज्ञांनी त्यातील एक माकड पिंजऱ्याच्या बाहेर काढले व एक नवीन माकड पिंजऱ्यात टाकले. ह्या नवीन माकडाने कधी तो थंड पाण्याचा फवारा

पाहिला नव्हता, अनुभवला नव्हता; त्यामुळे त्याला भूक लागल्याबरोबर ते माकड शिडीकडे धावू लागले. त्यासरशी बाकीची तीनही माकडे जिवाच्या आकांताने त्याला थांबवू लागली. नवीन माकडाला कळेना की ही माकडे केळ्यांकडे का जाऊ देत नाहीत? मग ते माकडही चिडले व त्या सगळ्यांना विरोध करू लागले. आधीच पोटात भूक आणि त्यात ह्या सिनीयर माकडांनी असे अडवल्यामुळे आलेला राग, ह्या सगळ्यांमुळे त्यांच्यामध्ये मारामारी सुरू झाली. जणूकाही युद्धच चालू होते, पण शेवटी ह्या युद्धात त्या तीन माकडांचा विजय झाला. त्यांनी शेवटपर्यंत त्या नवीन माकडाला शिडीच्या जवळ जाऊ दिले नाही. त्या दिवसात अनेकवेळा युद्ध झाले, पण प्रत्येक वेळी सिनीयर माकडांनी जिवाच्या आकांताने आपली खिंड लढवली आणि युद्ध जिंकले. त्या नवीन माकडाला काही केळ्याच्या जवळ जाता आले नाही. एक संपूर्ण दिवस तसाच गेला.

काही दिवसांतच शास्त्रज्ञांना पिंजऱ्यात वेगळेच आश्चर्य दिसले. आता ते नवीन माकडही तीन सिनीयर माकडांचे ऐकू लागले होते. सिनीयर माकडांप्रमाणेच तेही शिडीच्या जवळ जायचा विचारही करेनासे झाले. चारही माकडांना जुजबी खायला दिलं जायचं, तेवढंच खात होते, पण शिडीच्या जवळ जायचा प्रयत्न नवीन माकडानेही केला नाही. ते आता सिनीयर माकडांच्या बरोबर गुण्यागोविंदाने राहू लागले आणि त्या शिडीकडे आता ते ढुंकूनही बघत नव्हते.

आता शास्त्रज्ञांनी सिनीयर माकडांपैकी आणखी एक माकड बाहेर काढले व एक नवीन माकड टाकले. त्या नवीन माकडाला आतील तीनही माकडे सिनीयर

होती. नवीन माकडाला जेव्हा भूक लागली, तेव्हा लगेच तेसुद्धा आधीच्या माकडाप्रमाणे शिडीकडे जाऊ लागले. ते माकड शिडीकडे जाऊ लागल्याची चाहूल लागताक्षणीच तीनही सिनीयर माकडांनी त्याच्यावर जवळजवळ हल्लाच केला व त्याला शिडीकडे जाण्यापासून रोखले. परत एकदा पिंजऱ्यात युद्ध झाले आणि ते तीन सिनीयर माकडांनी जिंकले, पण त्या तीन सिनीयरपैकी एका माकडाने कधीही थंड पाण्याचा फवारा बघितला नव्हता, अनुभवला नव्हता. शिडीकडे का जायचे नाही हे त्याला माहीत नव्हते. त्यावर प्रश्न विचायराचीसुद्धा मुभा का नाही हेही त्याला कळत नव्हते. फक्त येथे असेच राहायचे एवढेच त्याला कळले होते.

थोड्याच दिवसांत नवीन माकडाने परिस्थिती मान्य केली आणि तेही गुण्यागोविंदाने राहू लागले. शास्त्रज्ञांनी आपला प्रयोग चालू ठेवला. त्यांनी आणखी एक सिनीयर माकड बदलले. आता पिंजऱ्यात एक नवीन माकड आणि तीन सिनीयर माकडे होती, पण त्यात दोन माकडांनी कधीही थंड पाण्याचा फवारा पाहिलाही नव्हता, पण ज्याची अपेक्षा होती तेच झाले. त्या सिनीयर माकडांनी नवीन माकडाला शिडीकडे जाऊ दिले नाही. अशा पद्धतीने चारही माकडे बदलली. आता पिंजऱ्यात फक्त अशी चार माकडे होती की ज्यांनी कधीही थंड पाण्याचा फवारा पाहिलाही नव्हता, पण त्यातील एकही माकड शिडीच्या जवळ जात नव्हते आणि दुसरा कोणी गेलाच तर त्याला अडवण्यास, वेळ पडल्यास ह्या कारणासाठी युद्ध करण्यासही तयार होती.

तात्पर्य

संस्कार संस्कार म्हणून आपण ओरडत असतो,
तेसुद्धा दुसरं तिसरं काहीही नसतं;
तेही असंच पिंजऱ्यातल्या माकडांसारखं कंडीशनींग (Conditioning) असतं.
तुमचं आमचं आणि माकडांचं सेम असतं.

मोठ्यांना उलट उत्तर करायचं नसतं
'असं का?' हे विचारायचं नसतं.
मोठ्यांनी आंधळेपणाने चालवलेल्या जातीयवादाशी बंड करायचं नसतं
'असं का?' हे विचारायचं नसतं.
मोठ्यांच्या वायफळ स्पर्धेत लहानांचं बालपण हरवून जातं
'असं का?' हे विचारायचं नसतं.
मोठ्यांच्या स्वार्थी समाधानासाठी लहानांनी पळायचं असतं

'असं का?' हे विचारायचं नसतं.
मोठ्यांच्या लालसेपोटी लहानांचं शोषण होतं
'असं का?' हे विचारायचं नसतं.

संस्कार संस्कार म्हणून आपण ओरडत असतो
तेसुद्धा दुसरं तिसरं काहीही नसतं.
तेही असंच कंडीशनींग (Conditioning) असतं.
तुमचं आमचं आणि माकडांचं सेम असतं.

लाज जाते ती स्त्रीची, पुरुषाची का नाही?
'असं का?' हे विचारायचं नसतं.
जावयाला मानपान आणि सुनेला खाली मान
'असं का?' हे विचारायचं नसतं.
मुलगा हा वंशाचा दिवा
मग 'मुलगी पणती का नाही?'
असं विचारायचं नसतं.
मुलापासून चालतो तो वंश
'हे कुणी ठरवलं?'
असं विचारायचं नसतं.

संस्कार संस्कार म्हणून आपण ओरडत असतो
ते पिंजऱ्यातल्या माकडांचं कंडीशनींग (Conditioning) तर नाही ना?
असं विचारायची वेळ आलेली आहे.
हे समजून घ्यायचं असतं
असेल तर तोडायची हिंमत दाखवायची असते
ज्या माकडाने हे समजून घेतले
त्याच वानराचे मानवात रूपांतर झाले
हेही चांगलं लक्षात ठेवायचं असतं.

■

३

फुटबॉल टीम झिंदाबाद

नदीपलीकडल्या गावातील मुलं फुटबॉलचा खूप सराव करतात व आपला संघ तयार करून शहरातल्या संघाशी दोन हात करायला होडीतून नदी पार करून येतात. सामना अगदी अटीतटीचा होतो आणि शेवटी विजयश्री नदीपलीकडल्या गावातल्या संघाला माळ घालते. शहरातल्या मोठ्या संघाला हरवल्यामुळे त्या सगळ्यांचा जल्लोष चालू असतो, साहजिकच त्या तरुण मुलांचे पाय एका बारकडे वळतात. आनंदाच्या जल्लोषात ते सगळे खूप दारू पितात. मध्यरात्रीनंतर ते बारमधून बाहेर पडतात व आपल्या घरी जाण्याकरता नदीकाठी येतात. आपल्या होडीत बसतात व होडी वल्हवू लागतात. पहाट व्हायला लागते. पूर्व दिशेला तांबडं फुटू लागतं. ते होडी वल्हवतच असतात. आता त्यांची नाव किनाऱ्याजवळ यायला हवी असते. आत्तापर्यंत त्यांची दारूची धुंदीही पूर्णपणे उतरलेली असते.

ते डोळे उघडून बघतात तर काय, त्यांची होडी किनाऱ्याला असते, पण ती अलीकडच्या किनाऱ्यापासून सुटलेलीच नसते. म्हणजे ही फुटबॉलची टीम दारूच्या धुंदीत होडी तिथल्यातिथेच वल्हवत बसलेली असते. त्यांची होडी किनाऱ्यापासून सुटलेलीच नसते.

असे का झाले? होडी किनाऱ्यापासून सुटली का नाही? ह्याचा तपास केल्यावर त्यांना समजतं की सुरुवातीला जेव्हा ते होडी घेऊन आले तेव्हा त्यांनी ती किनाऱ्याला बांधून ठेवली होती. तो बांधलेला दोर सोडायचेच राहिले. ते सगळे नशेत होते, त्यामुळे हा दोर सोडायचा राहून गेला व ते जागेवरच वल्हवत राहिले.

तात्पर्य

माझी खात्री आहे की ही गोष्ट वाचून तुम्हीदेखील हसला असाल. हे फुटबॉलपटू अतिशय हुशार होते, परंतु सामन्याच्या विजयाच्या धुंदीत आणि दारूच्या धुंदीत नदीच्या काठाला बांधलेला दोर सोडायलाच विसरले. त्यांना वल्हवणे चांगले येत होते, त्यामुळे दारूच्या धुंदीतही त्यांनी होडी वल्हवली ती अगदी बरोबरच होती, पण मुळातच चुकीची कृती निवडली आणि चुकीची कृती कितीही बरोबर केली तरी यश मिळत नाही. व्यवस्थापनाच्या भाषेत बोलायचं झालं तर ते फुटबॉलपटू इफिशंट (Efficient) होते, पण इफेक्टिव्ह (Effective) नव्हते.

आपण जरा ह्या दोन जड शब्दांचा अर्थ समजावून घेऊया! तर इफिशंट म्हणजे कार्यकुशल व इफेक्टिव्ह म्हणजे प्रभावी. आता आपण कार्यकुशलता (Efficiency - इफिशन्सी) व प्रभावीपणा (Effectiveness - इफेक्टिव्हनेस) ह्यातील फरक समजावून घेऊया. हे सगळे फुटबॉलपटू कार्यकुशल होते- इफिशंट होते, कारण त्यांनी होडी वल्हवण्याची कृती अगदी सुयोग्य पद्धतीने केली, परंतु ते इफेक्टिव्ह नव्हते, कारण त्यांनी योग्य कृती निवडली नाही, त्यामुळे त्यांच्या कौशल्याचा उपयोग नदी पार करण्यासाठी झाला नाही, म्हणूनच आपण सगळेजण त्यांना हसलो. फक्त इफिशन्सी माणसाला यशस्वी बनवतेच असं नाही, उलट असली बिनडोक इफिशन्सी छाप पाडत तर नाहीच, पण तोंडघशीच पाडते व स्वतःचं हसं करून घेते.

तसं बघितलं तर आपलं जीवनही असल्याच गोष्टींनी भरलेलं असतं. ज्या गोष्टी अतिशय महत्त्वाच्या आहेत व म्हणूनच त्या सर्वांत आधी करायला हव्यात, त्याच गोष्टींकडे आपलं लक्ष जात नाही. ज्याप्रमाणे त्या फुटबॉलपटूंनी दोर सोडणे हे सगळ्यात आधी करायला हवे होते, पण ती गोष्टच त्यांना दिसली नाही,

त्याचप्रमाणे आपण आपल्या आरोग्यासंबंधीच्या, वैयक्तिक शिस्तीसंबंधीच्या, कौटुंबिक गरजेच्या गोष्टी, आपली दूरगामी ध्येयं, आपले छंद, आपले दृष्टिकोन वगैरे वगैरे; जे अतिशय महत्त्वाचे आहेत तेच आपल्याला दिसत नाही व नंतर त्या गोष्टी आपल्याला न केल्याबद्दल पश्चात्ताप होतो.

प्रथम करायच्या गोष्टी सर्वप्रथमच करायच्या असतात.

■

४

माझा देवच मला वाचवेल!

एका गावात एक ब्राह्मण असतो- अतिशय श्रद्धाळू असतो. देवाची भक्तिभावाने पूजाअर्चा करायची, उपासतापास करायचे, मंत्र-जप वगैरे वगैरे कर्मकांडामध्ये त्याचा बहुतांश वेळ जात असे. उपजीविकेसाठी काहीतरी करायला पाहिजे हा विचारही त्याच्या मनात येत नसे. आपण एवढी पूजाअर्चा करतो, म्हणजे देव आपल्याला नक्कीच संभाळून घेईल अशी त्याची विचारसरणी होती, परंतु त्याला एक खंत होती. त्याची बायको आणि मुलगा ह्या कर्मकांडामध्ये तेवढा भाग घेत नसत. त्यांची विचारसरणी होती की देवाची पूजा वगैरे सगळं ठीक आहे, पण पोटापाण्याची सोय आपण हातपाय हलवल्याशिवाय होणार नाही. नुसती देवाची पूजा करण्यातच सगळा वेळ गेला तर उपजीविका कशी चालणार, ह्या मुद्यावरून त्यांच्यामध्ये नेहमी वादही होत असत. ह्या सगळ्या प्रकारामुळे ब्राह्मण व्यथित होऊन जाई.

एका पावसाळ्यात एक विचित्र घटना घडते. पावसाची संततधार सुरू असते. अनेक तास होतात तरी पाऊस थांबायची काही लक्षणं दिसत नसतात. नदीला पूर आलेला असतो व आता हळूहळू पाणी गावात येऊ लागते. वेधशाळेकडून इशारा येतो की पावसाचा जोर वाढत जाणार आहे तरी गावकऱ्यांनी सुरक्षित ठिकाणी जावे. नदीकाठच्या लोकांना स्थलांतरित करायची वेळ येते. गावातील काही वरिष्ठ मंडळी पुढाकार घेऊन घरोघरी जाऊन लोकांना स्थलांतरित व्हायला सांगू लागतात. ह्या ब्राह्मणाचं घरही नदीकाठच्या परिसरातच असतं. त्याच्या घरीसुद्धा निरोप पोहोचवायला गावातील वरिष्ठ मंडळी येतात, पण हा ब्राह्मण त्यांना स्थलांतर करायला चक्क नकार देतो. त्याचं म्हणणं असतं की मी एवढी देवाची पूजा भक्तिभावाने, दिवसभर करतो, त्यामुळे मला काहीच भीती नाही. माझा देव मला नक्की वाचवेल.

त्याची बायको व मुलगा त्याला खूप समजावू लागतात, पण त्यांना काही यश येत नाही. मुलगा म्हणतो, 'अहो बाबा! देव वाचवेल, पण त्यासाठी आपल्याला थोडेसे प्रयत्न करावे लागतील. आपण जर हातपाय हलवले नाही तर देव काहीही करू शकणार नाही, त्यामुळे आपण स्थलांतर करूया. हे पाहा, पावसाचा जोर वाढणार आहे व त्यामुळे नदीला पूर येऊन हे आपलं गाव बुडणार आहे. असं व्हायच्या आत आपण इथून बाहेर पडून सुरक्षित जागेत जाणे आवश्यक आहे.' पण मुलाचे काही एक ऐकायला तो ब्राह्मण तयार होत नाही. शेवटी खूप प्रयत्नांनंतर मुलगा व बायको माघार घेतात व स्थलांतराची तयारी चालू करतात.

घरातील मुलगा व बायको निघून जातात. आता तो घरात एकटाच राहतो. तो लगेच देव्हाऱ्यात जाऊन पूजेला बसतो. नदीचे पाणी चढू लागते. पावसाचा जोर वाढत असतो. गावातील मंडळी घराघरांत फिरून तपासत असतात व कोणी राहिले असेल त्यांना सुरक्षित ठिकाणी हलवीत असतात. ब्राह्मणाच्या घरी त्यातली काही मंडळी येतात, ते ब्राह्मणाला पूजा करीत असताना पाहतात. ती मंडळी म्हणतात, 'अहो ही वेळ पूजा करण्याची नाही. ही वेळ आपला जीव वाचवण्याची आहे. चला आमच्याबरोबर, आम्ही तुम्हाला सुरक्षित ठिकाणी घेऊन जातो.' पण ब्राह्मण नकार देतो. तो म्हणतो, 'माझा देव येऊन मला वाचवेल. तुम्ही निघून जा.'

ब्राह्मणाची पूजा व मंत्रपठण जोरजोरात चालू असते. पावसाचा जोर वाढतच असतो. पाण्याने आता संपूर्ण तळमजला व्यापून टाकला जातो. ब्राह्मण आपले देव घेऊन, शिडीवर चढून गच्चीवर जातो. उघड्यावर त्याचे आणखीनच हाल होतात. धो धो पाऊस पडत असतो व जमिनीवरही धो धो पाणी वाहत असते. सगळी घरे

जवळ जवळ बुडत आलेली असतात. थोड्या वेळाने एका होडीतून गावातील मंडळींचं एक पथक त्याच्या घराकडे येतं. ते ब्राह्मणाला पाहतात व त्याला सांगू लागतात की, 'अरे! आतातरी तुझी पूजा थांबव. ही आमची शेवटची फेरी आहे. आणखी अर्ध्या तासाने आम्ही होडीसुद्धा घेऊन येऊ शकणार नाही एवढे पाणी होणार आहे, त्यामुळे चल लेका, जीव वाचव.' ब्राह्मण आपल्या भूमिकेवर अडूनच बसलेला असतो. 'माझा देव येईल व मला वाचवेल, तुमची मला गरज नाही. मी माझं अखंड जीवन भक्तिभावाने त्याची पूजा केलेली आहे.'

शेवटी ते पथक हार मानत निघून जातं. पावसाचा जोर वाढत जातो. गावातील पाणी चढत जातं. त्याचा वेगही प्रचंड वाढतो व हळूहळू गावातील घरे कोलमडून वाहू लागतात. ब्राह्मणाचे घरही त्याला अपवाद राहत नाही. पाण्याच्या वेगापुढे ब्राह्मणाचे घरही टिकत नाही, ते वाहून जाते व पुरामध्ये ब्राह्मणाचा जीव जातो.

इंद्राच्या दरबारात ब्राह्मण येतो. तेथे त्याच्या जीवनभराचा पाढा वाचला जातो. ब्राह्मण इंद्रदेवाला पाहून एकदम खूश होतो. तो त्याला मनापासून नमस्कार करतो. त्याच्या जीवनाचा पाढा वाचताना त्याला समजतं की आपण पृथ्वीतलावर नसून देवाच्या घरी आलेले आहोत. तो देवावर चिडतो. देवाला म्हणतो, 'अरे देवा! मी जन्मभर तुझी पूजा केली. माझी तुझ्यावर एवढी श्रद्धा होती, मला अगदी खात्री होती की तू मला वाचवायला येशील. तू का नाही वाचवलंस मला?'

देव म्हणतो, 'अरे, मी एकदा सोडून चार चार वेळा तुला वाचवायला आलो, पण तू मला ओळखलंच नाहीस. गावातली मंडळी घराघरांत जाऊन सगळ्यांना वाचवत होती, आठवतंय ना. अरे, त्यात मीच होतो. त्यानंतरही तुझ्या घरातच मी थांबलो. तुझा मुलगा व बायको तुला समजावत होती, त्यातही मीच होतो. परत गावातली मंडळी आली, त्यातही मीच होतो. शेवटी तर मी होडी घेऊन माझ्याबरोबर एक पथक घेऊन आलो, पण तूच मला नाकारलंस, खरं म्हणजे तुझ्या मुलाच्या रूपाने आणि तुझ्या बायकोच्या रूपाने मी नेहमीच तुझ्याबरोबर होतो व तुझं कर्मकांड मला आवडत नाही हे मी तुला घसा फोडून सांगत होतो, पण मी तुला कधी दिसलोच नाही. तुला फक्त वाटलं की ही मंडळी तुला त्रास देत आहेत, त्यामुळे तुझ्या आयुष्याची जी धूळधाण झाली आहे त्याला तूच जबाबदार आहेस व त्याची शिक्षा आता तुला भोगायलाच लागेल.'

तात्पर्य

चार वेळा देव वाचवायला आला तरी हा ब्राह्मण त्याला ओळखू शकला नाही. आपलंही असंच होतं. आपल्यापुढे देवच खूप मोठ्या संधी घेऊन येतो, पण आपल्याला त्या ओळखता येत नाहीत. आपण त्याला कटकटी समजतो. आपल्यालासुद्धा त्या ब्राह्मणासारखीच खंत असते. देव स्वत: त्या ब्राह्मणाच्या घरी होता. तो त्याच्या मुलाच्या आणि बायकोच्या मुखातून सतत बोलत होता की नुसत्या कर्मकांडाने काहीही होणार नाही, पण हा ब्राह्मण त्याला कटकट समजत होता. कित्येकांच्या घरातून असे ब्राह्मण पाहायला मिळतात. त्यांना आपल्या माणसांनी काहीही शिकवलेलं आवडत नाही, पण ह्यामध्ये त्यांचंच नुकसान होतं. देवाच्या पद्धती अशाच असतात. ज्याला संयम शिकणं जरुरीचं असतं त्याच्यापुढे परिस्थिती प्रतिकूल असते. त्याच परिस्थितीत त्याला संयम शिकायला मिळेल म्हणूनच ती परिस्थिती आणलेली असते, पण जो त्याला कटकट समजतो तोच अयशस्वी होतो व तो त्या परिस्थितीलाच दोष देतो, पण प्रतिकूल परिस्थिती निर्माण करणे हीच तर देवाची पद्धत आहे. त्या ब्राह्मणापुढे किती प्रतिकूल परिस्थिती निर्माण झाली होती, पण तो हे ओळखू शकला नाही व शेवटी त्याचेच नुकसान झाले. आपल्यापुढे जी काही प्रतिकूल परिस्थिती निर्माण झाली आहे ती म्हणजे देवाने आपल्या भल्यासाठीच निर्माण केली आहे असे समजावे- त्यामध्ये आपल्याला काहीतरी शिकण्यासारखे आहे, ते शिकावे अशी तुमच्या देवाची इच्छा आहे. ज्या क्षणी आपण त्या परिस्थितीत जे जे काही शिकण्यासारखे आहे ते शिकतो त्या क्षणापासून त्या प्रकारची प्रतिकूल परिस्थिती येण्याचे बंद होते.

■

५

दोन भिक्षुक

दोन बौद्ध भिक्षुकांची गोष्ट आहे. हे दोघं धर्माच्या प्रसाराच्या निमित्ताने प्रवास करीत असतात. एका गावाकडून दुसऱ्या गावाकडे जाताना त्यांना नदी पार करायची वेळ येते. संध्याकाळची वेळ असते. फेरीबोटवाले निघून गेलेले असतात. त्यांच्याकडे दोनच पर्याय असतात. एक तर पोहत नदी पार करायची किंवा दुसरा पर्याय म्हणजे ती रात्र तेथेच झोपायचे व सकाळी फेरीबोट आल्यावर बोटीने जायचे. ते दोघेही पोहण्यात तरबेज असतात, त्यामुळे ते पोहण्याचा पर्याय निवडतात व नदीत उतरण्याची तयारी करू लागतात. त्यांची तयारी होते व ते पाण्यात उतरणार, एवढ्यात तेथे एक तरुण स्त्री येते. ती गरोदर असते. तिलाही नदी पार करून तिच्या घरी जायचे असते. तिची बोट चुकलेली असते. तिला पोहता येत नसते,

पण घरी जायची प्रचंड ओढ असते व त्यासाठी ती कोणतेही दिव्य करण्यासाठी तयार असते. ती स्त्री त्या भिक्षुकांना विनंती करते की तिलासुद्धा त्यांच्याबरोबर नदी पार घेऊन जावे. एका भिक्षुकाला तिची कहाणी ऐकून लगेच दया येते व तो ताबडतोब तयार होतो. दुसऱ्याला त्याचे आश्चर्य वाटते व त्याचा रागही येतो. तो त्याला गुरूजींनी दिलेल्या ब्रह्मचर्य व्रताची आठवण करून देतो. परस्त्रीला स्पर्शसुद्धा करणे हे आपल्याला निषिद्ध आहे आणि 'हिला आपल्या पाठीवर घेऊन तू पाण्यातून कसा घेऊन जाऊ शकतोस?' असा प्रश्नही विचारतो. तसे केले तर गुरूजी आपल्यावर चिडतील. दोघांचा वाद होतो, पण तरीही पहिला भिक्षुक आपल्या निर्णयापासून ढळत नाही. तो त्या स्त्रीला आपल्या पाठीवर घेतो व तिला घेऊन पोहू लागतो. नदी पार झाल्यावर ती स्त्री त्याचे मनापासून आभार मानते व आपल्या वाटेने निघून जाते. ते भिक्षुकही परत आपल्या वाटेने वाटचाल करू लागतात. साधारणपणे पाच-सहा किलोमीटर अंतर कापल्यानंतर दुसरा भिक्षुक पहिल्याला विचारतो, की 'आता तू आपल्या गुरूजींना काय सांगणार?' अचानकपणे असा प्रश्न आल्यामुळे त्याला काही कळत नाही. तो विचारतो, की 'कशाबद्दल काय सांगणार?' त्यावर त्याला उत्तर मिळते, की 'ब्रह्मचर्याचं व्रत तोडल्याबद्दल!' त्यावर तो त्याला विचारतो, की 'व्रत कसं काय तोडलं गेलं?' दुसरा म्हणतो, की 'परस्त्रीला स्पर्श करायचा नाही हे व्रत होतं. तू तर तिला नुसता स्पर्श केला नाहीस तर तुझ्या पाठीवर घेऊन संपूर्ण नदी पार केलीस.' त्यावर पहिला त्याला म्हणतो, की 'मी तर फक्त नदी पार केली व तिला नदीच्या दुसऱ्या तीरावर सोडली, त्यानंतर पाच-सहा किलोमीटर मी मोकळेपणे चालतो आहे, पण तू तर तिला अजूनही आपल्या मानगुटीवर घेऊन चालला आहेस.'

तात्पर्य

१. शब्दार्थ आणि भावार्थ वेगवेगळे असू शकतात. २. भूतकाळ ओढून ताणून जर वर्तमानकाळात आणला तर वर्तमानकाळ दूषित होऊ शकतो.

१. शब्दार्थ आणि भावार्थ : *परस्त्रीला स्पर्श न करणे हेच ब्रह्मचर्याचे व्रत. ह्याच्या शब्दार्थ आणि भावार्थामध्ये जमीन-अस्मानाचे अंतर आहे. स्त्री-पुरुषाचा समागम ब्रम्हचर्यात वर्ज्य आहे. समागम स्पर्शाशिवाय सुरूच होऊ शकत नाही, हे जरी सत्य असलं तरी ते अर्धसत्य आहे. स्पर्शाच्या आधी समागम होतो तो मेंदूमध्ये. शरीर फक्त मेंदूची आज्ञा पाळत असते. खरा समागम होतो तो मेंदूमध्ये. तेथे जोपर्यंत समागमाचा विचार येत नाही तोपर्यंत समागम होऊ शकत नाही,*

त्यामुळे ह्याचा भावार्थः स्त्रीविषयी असा विचारही मनाला स्पर्श करू न देणं म्हणजेच ब्रम्हचर्य, पण रोजचे जीवन जगताना कित्येक प्रसंगांत स्त्रीला स्पर्श करायची वेळ येऊ शकेल. त्या ठिकाणी ती स्त्री म्हणजे फक्त एक व्यक्ती असेल. तेथे समागमाचा संबंधही नसेल, पण जर आपण फक्त शब्दार्थावर अडकलो तर मग त्या भिक्षुकासारखे वागणार. तो भिक्षुक एका छोट्याशा व्रताचा शब्दशः अर्थ काढून भूतदया, सहकार्य, माणुसकीसारखी मोठीमोठी मूल्ये पायदळी तुडवायला तयार होत होता, शिवाय त्याच्या दृष्टीने ते समर्थनीयसुद्धा होतं, म्हणजे चोर सोडून संन्याशाला शिक्षा देण्यासारखेच आहे. ब्रह्मचर्याचं व्रत त्या भिक्षुकाने स्वतःच्या मर्जीने घेतले. तेव्हा काही हा त्या स्त्रीला विचारायला आला नव्हता. त्या स्त्रीला माहीतही नव्हतं, की ह्या माणसाने काही व्रत घेतलेले आहे! बरं, स्त्रीला पाहून लैंगिक भावना जागृत होणे हा तर निसर्गाचा नियम आहे. त्यामध्ये वावगं असं काही नाही, परंतु ह्या भिक्षुकाने व्रत घेतले आहे की लैंगिक भावनेला मी स्पर्शसुद्धा करणार नाही; पण स्वतःच्या विचारांवर नियंत्रण मिळवणं अतिशय कठीण काम आहे. भल्याभल्यांना ते जमत नाही. मग एका भिक्षुकाला नाही जमलं तर त्यात आश्चर्य नाही. स्वतःच्या मनावर विजय मिळवण्यासाठीच तर असले व्रत घ्यायचे असते. ते भिक्षुकाला जमले नाही. लैंगिक विचार ब्रह्मचाऱ्याच्या मनात, पण ते काढून टाकायच्याऐवजी त्याची शिक्षा मात्र त्या बिचाऱ्या स्त्रीने भोगायची. शब्दार्थ आणि भावार्थ याची जर गफलत झाली तर आपल्याकडून कोणत्या चुका होतील ह्याची आपल्याला कल्पनाही येणार नाही. उद्या ह्या भिक्षुकाने उपवासाचे व्रत घेतलं आणि ठरवलं की अन्नाला स्पर्शही करणार नाही, तर मग काय गंमत होईल माहीत आहे? जर ह्या स्त्रीच्या हातात कांदा भजी, गुलाबजाम वगैरे अन्नपदार्थ असतील व त्याच्या दर्शनाने किंवा वासाने ह्याच्या तोंडाला पाणी सुटले तर हा त्या स्त्रीला स्पर्श करणार नाही. नुसते एवढेच नाही तर त्या स्त्रीच्या जवळ कोणालाही जाऊ देणार नाही, कारण तिच्याजवळ गेल्याने, तिच्याकडील अन्नपदार्थाच्या दर्शनाने किंवा त्याच्या वासाने ते खाण्याची भावना जागृत होते व त्यामुळे ह्याचे व्रत भंग पावते असा हा प्रचार करेल. आहे की नाही चोर सोडून संन्याशाला शिक्षा? आपल्याकडे अनेक चालीरीती आहेत व त्या पाळताना त्यांचा भावार्थ समजून घेतला नाही तर योग्य निर्णय घेता येणार नाही. दुसऱ्या भिक्षुकाने जसा माणुसकीच्या दृष्टिकोनातून निर्णय घेतला व तो योग्यही होता, तशाच प्रकारचे निर्णय घेण्याची शक्ती आपल्याला मिळवायची असेल तर आपल्या प्रत्येक चालीरीतींचा भावार्थ जाणून घ्या.

स्त्रीने शिक्षण घेऊ नये, स्त्रियांनी मतदान करू नये, स्त्रियांनी स्वतंत्र नोकरी किंवा व्यवसाय करू नये, पतीच्या निधनानंतर स्त्रीला जगण्याचा हक्क नाही अशा

अनेक चालीरीती आपल्या समाजात होत्या, पण त्याचा भावार्थ जाणून घेतला व त्यानंतर योग्य निर्णय घेऊन माणसांनी त्या मोडीत काढल्या. आजही अनेक चालीरीती फक्त शब्दार्थांवर राबवलेल्या दिसतात. त्यांचा भावार्थ जाणून घेतला पाहिजे. कित्येकवेळा त्याला श्रद्धेचा मुलामा दिला जातो. त्या दोन्ही भिक्षुकांचीसुद्धा त्यांच्या गुरूंवर श्रद्धा होती, पण एकाने भावार्थ जाणून निर्णय घेतला तर दुसरा शब्दार्थामध्ये अडकला. ज्याने भावार्थ जाणला त्याच्या व्रताचा काही भंग झाला नाही आणि त्याच्या श्रद्धेलाही तडा गेला नाही.

शाकाहारी पवित्र, मांसाहारी तामस, अमुक जात उच्च, मांसाहारी देवाला चालत नाही, देवळातच देवाचे दर्शन होते, चांगल्या कार्याला शुभमुहूर्त नाही मिळाला तर ते पुढे ढकलावे, मासिक पाळी असेल तर देवदर्शनाला जाऊ नये, मुलीचे अंतिम ध्येय म्हणजे लग्न, वगैरे वगैरे अशा अनेक चालीरीती कोणीतरी सुरू केल्या व केवळ शब्दार्थांवर त्या राबवल्या जातायत, त्यामुळे आपल्या कर्तृत्वावर आणि भरभराटीवर मर्यादा येतात.

२. भूतकाळ ओढून ताणून जर वर्तमानकाळात आणला तर वर्तमानकाळ दूषित होऊ शकतो : *जेव्हा एक भिक्षुक त्या स्त्रीला नदी पार करण्यासाठी आपल्या अंगावर घेतो, हे त्याचे कृत्य दुसऱ्या भिक्षुकाला अजिबात आवडत नाही. जेव्हा ही घटना घडत असते तेव्हा तो त्याचा वर्तमान काळ असतो. पण ज्या क्षणी नदी पार करून ती स्त्री आपल्या वाटेने निघून जाते व ते दोघे आपल्या वाटेने चालू लागतात, तेव्हा त्या स्त्रीची घटना म्हणजे भूतकाळ असतो. एक भिक्षुक ती घटना नदी पार झाल्याबरोबर तेथेच सोडून देतो व मजेत चालू लागतो, पण दुसरा ती घटना आपल्याबरोबर मनातल्या मनात जिवंत ठेवतो, म्हणजेच न आवडलेला भूतकाळ ओढून ताणून वर्तमानकाळात आणतो, त्यामुळे त्याचा तो प्रवास मजेचा नसतो.*

अगदी ह्याचप्रमाणे आपणही आपले मजेत चाललेले आयुष्य टेन्शनयुक्त करतो. काल झालेले भांडण, काल मिळालेले अपयश, काल झालेला अपमान, काल घडलेला अपघात आपल्या मनाने वर्षानुवर्षे जिवंत ठेवतो. भूतकाळातल्या घटना ओढून ताणून वर्तमानकाळात आणून आपलंच आयुष्य टेन्शनने भरलेलं करून टाकतो.

■

६

हरीशने केलेले धाडस

हरीश हा गुजराथी उच्च मध्यमवर्गातील मुलगा. मुंबईच्या डॉन बॉस्को शाळेत शिकलेला. ही शाळा नुसती इंग्रजी माध्यमातीलच नव्हे तर ही कॉन्व्हेण्ट हायस्कूल! त्यामुळे हरीशने सगळेच शिक्षण इंग्रजीमधून घेतलेले. ओघाने त्याचे इंग्रजीही अगदी अस्खलित होते. हरीश हुशारच होता. तो पाचवीत असताना शाळेच्या एका कार्यक्रमात त्याने वक्तृत्व स्पर्धेत भाग घेतला. त्याने दहा मिनिटांचे भाषण तयार केले होते. त्याच्या तालमी केल्या होत्या, पण कार्यक्रमाच्या दिवशी जेव्हा शाळेच्या स्टेजवर पोहोचला तेव्हा सगळा प्रेक्षकगण बघून भांबावला. प्रेक्षकांच्या पहिल्या रांगेत शाळेचे मुख्याध्यापक आणि सगळा शिक्षकवर्ग बसलेला होता. त्यानंतरच्या रांगेत सगळे पालक बसलेले होते. त्यामध्ये हरीशचे आईवडील, भाऊ-बहीण वगैरे होते. ही सगळी मंडळी आपल्याकडे बघताहेत, त्यांच्या अपेक्षेने भरलेल्या नजरा बघितल्यावर हरीशचे अवसान गळले. हे दृष्य तो पहिल्यांदाच पाहत होता. त्याच्या तोंडाला कोरड पडली. पाय थरथरू लागले. आई-वडील त्याला खूण करून भाषण सुरू करायला सांगत होते. त्याला वाटले की त्यांना थरथरणारे पाय दिसताहेत व ते आपल्याला नीट उभं राहायला सांगत आहेत, त्यामुळे तो आणखीनच अवघडून गेला. पाय जास्तच थरथरू लागले. आई-वडिलांच्या खाणाखुणा करणे आणखी वाढले. त्यामुळे हरीशचा गैरसमजही वाढू लागला व तो आणखीनच अवघडून गेला. घसा अगदी कोरडा ठणठणीत झाला. ह्या सगळ्या प्रकारामुळे तो आपले भाषण संपूर्णपणे विसरला. त्याला काहीही आठवेना. कोणत्या विषयावर बोलायचे आहे, भाषणाची सुरुवात काय आहे हे त्याला काही केल्या आठवेना. थोडा वेळ तो तसाच आई-वडिलांकडे बघत उभा राहिला. आता प्रेक्षकांची कुजबुज सुरू झाली. थोड्या वेळाने सगळे हसायला लागले. त्याचे आई-वडील रडू लागले. हरीश एकही शब्द न बोलता स्टेजवरून माघार घेऊन निघून गेला.

ह्यानंतर घरी काय होणार आहे ह्याची त्याला चिंता वाटू लागली. घरी गेल्यावर आई-वडिलांनी त्याला मार दिला. सगळ्या शाळेसमोर त्यांचे नाक कापले गेले असे ते म्हणाले. त्या दिवशी हरीश उपाशीच झोपला. बिछान्यावर पडल्यावर त्याला बराच वेळ झोप लागली नाही. आता त्याला शाळेत जायची भीती वाटू लागली. 'उद्या शाळेत कुठल्या तोंडाने जाऊ,' हा विचार त्याला झोप लागू देत नव्हता. एका प्रसंगातून बाहेर पडतो ना पडतो तोच पुढे येणाऱ्या प्रसंगाची चिंता. शाळेत स्टेजवरून माघार घेताना घरी कसा जाऊ? काय होईल? आणि घरी गेल्यावर आता शाळेत कसा जाऊ? बाकीचे काय म्हणतील ही चिंता!

हरीशला जे अपयश मिळाले ते हसतमुखाने पचवण्याचे त्याला धाडस करता नाही आले, त्यामुळे त्याला आणखी कोणकोणत्या प्रसंगांचा सामना करावा

लागणार आहे हे त्याला माहीत नव्हते.

कालांतराने ह्या प्रसंगाचे दु:ख कमी झाले. त्याने शालेय शिक्षण पुरे केले व पुढे महाविद्यालयीन शिक्षणही पुरे केले. हरीश हुशार होताच. त्याचे इंग्रजी उत्तम होतेच, पण जेव्हा जेव्हा दोन लोकांसमोर बोलायची वेळ यायची तेव्हा हा पठ्ठ्या माघार घ्यायचा. बोलायचं म्हटलं की ह्याला फक्त एकट्या दुकट्याशीच बोलता यायचं. ज्या क्षणी एकापेक्षा अधिक लोक ऐकणारे असायचे तेव्हा त्याचे सगळे शब्द घशातल्या घशात अडकायचे. इंग्रजी अस्खलित असूनसुद्धा चार लोकांसमोर त्याला बोलता यायचे नाही, त्यामुळे लोकांना वाटायचे की ह्याला इंग्रजी येत नाही.

त्याच्या घरचा- वडिलोपार्जित व्यवसाय होता. वडिलांनी त्याला त्यांच्या

व्यवसायात येण्याची विनंती केली, पण अधिकाराच्या जागेवर बसायचीच त्याला भीती वाटत होती. त्यामुळे तो काही कधी घरच्या व्यवसायात शिरला नाही, मग वडील म्हणाले, 'नोकरी कर.' नोकरी शोधताना इंटरव्ह्यूमध्ये ह्या पठ्ठयाची दाणादाण उडायची. कोणत्याही अधिकारपदावर असलेल्या व्यक्तीशी बोलायचे म्हणजे त्याच्या घशाला कोरड पडायची व शाळेतल्या प्रसंगाची आठवण यायची, त्यामुळे त्याला नोकरी मिळेना, व्यवसाय जमेना.

ह्याचं कारण एकच होतं. लहानपणी जेव्हा अपयश आलं तेव्हा ते हसतमुखाने पचवायचे बाळकडू त्याला कधीच मिळाले नाही. ज्याला यश मिळवायचे आहे त्याला अपयशाचा सामना करावाच लागतो. असा एकही यशस्वी माणूस नाही की ज्याने अपयश पाहिलेलंच नाही. बऱ्याच वेळा आपल्याला वाटतं की काहीजणांना अपयश येतच नाही. ते कायम मजेत, उत्साहित असतात व यशस्वी होतात, कारण नशीब त्यांना नेहमीच साथ देतं. गंमत अशी असते की त्यांना अपयश येतंच, नाही असे नाही. त्यांनाही अपयशाचा सामना करावा लागतो, त्यांनाही अनेक अडचणी येतात, परंतु ते त्या राईचा पर्वत करत नाहीत. त्या अडचणींचं, अपयशाचं हसतमुखाने स्वागत करतात, त्यातून धडा शिकतात व त्याला अनुसरून आपली कार्यपद्धती बदलतात व मग यशाच्या पायरीवर जातात, परंतु काहीजण अपयशाच्या राईचा पर्वत करतात व नंतर त्याच्या ओझ्याखाली दबून गेल्यावर त्यांना पुढची पायरी दिसतच नाही. अपयशाच्या पुढची पायरी म्हणजे यशाची पायरी. त्यावर जाण्यासाठी धाडस करावे लागते. अपयशाच्या प्रसंगात हसतमुख राहण्यासाठी धैर्य अंगात लागते. अपयशानंतर पुन: प्रयत्न करण्याकरता धाडस असावे लागते, नाहीतर कित्येक लोकांचे अवसान गळून जाते. तसे होऊ न देणे हे पूर्णपणे आपल्या हातात आहे, हे मान्य करण्यालासुद्धा धैर्य लागते. तसले अवसानघातकी विचार मनात आणू न देण्याकरता शक्ती लागते व चांगल्या गोष्टीवर श्रद्धा लागते.

रडत रडत केलेल्या प्रयत्नांना म्हणावे तसे यश मिळत नाही किंवा अपयशच मिळते, त्यासाठी हसतमुखाने प्रयत्न करावे लागतात, त्याशिवाय अपयशाची पायरी सहजासहजी सुटत नाही. कधीकधी अपयशाच्या पायरीवर लोक वर्षानुवर्षे राहतात, पण ज्या दिवशी त्यांच्याकडून हसतमुखाने प्रयत्न केला जातो, त्या दिवशीच त्यांची ह्या पायरीवरून सुटका होते.

अपयशाच्या पायरीवरून चटकन सुटका करून घ्यायची असेल, तर चला! धाडस करायची तयारी करा!

पहिल्याप्रथम आपल्या अपयशाला दुसऱ्याला दोषी धरणे बंद करायचे व हसतमुखाने अपयशाची संपूर्ण जबाबदारी घ्यायची. जोपर्यंत आपण जबाबदारी घेत

नाही, तोपर्यंत यशाचे नवीन पर्याय आपल्यासाठी खुले होणार नाहीत.

बेरोजगाराला विचारलं की, 'का रे! तुला अजून नोकरी का नाही मिळाली?' तर तो म्हणतो, 'काय करणार? शिफारसपत्र नव्हतं' किंवा 'जातीयवाद आडवा आला' किंवा 'टेबलाखालून द्यायला माझ्याकडे पैसे नव्हते.'

अयशस्वी विक्रेत्याला विचारलं, की 'का रे! तुझा माल विकला का नाही जात?' तो म्हणतो, 'गिऱ्हाइकांना कळतच नाही' किंवा 'ते मुद्दाम बाजूच्या दुकानदाराकडून घेतात' किंवा 'मालकाला मी सांगितलं की ह्या किमतीला कोणीही विकत घेणार नाही, पण तो माझं ऐकतच नाही.'

ज्याला नेहमीच कामावर जायला उशीर होतो त्याला विचारलं की, 'का रे! तुला नेहमी उशीर का होतो?' तर तो म्हणतो, 'काय करणार? बस उशिरा सुटली' किंवा 'बस ट्रॅफिकमध्ये अडकली' किंवा 'अपघात झाला.'

ज्याला नोकरीत प्रमोशन मिळत नाही, त्याला विचारा, 'असं का झालं?' तर तो म्हणतो 'हे सगळं राजकारण आहे. मला मुद्दाम डावलण्यात येतं. मी त्याबद्दल पुढाकार घेऊन बोलतो, मग माझंच नाव कानफाट्या पडतं. जे बोलत नाहीत त्यांनाच मॅनेजमेंट झुकतं माप देतं.'

ज्याला आपल्या सहकाऱ्यांचं सहकार्य मिळत नाही, त्याला विचारा, 'असं का होतं?' तो म्हणतो, 'त्या लोकांची वृत्तीच वाईट आहे. ही मंडळी माझ्या वाइटावर उठलेली आहेत. ती मुद्दाम माझ्याशी सहकार्य करत नाहीत.'

पाहिलंत! आपल्याला काही मिळाले नाही की नशिबाला दोष देणे हे अतिशय सोयीस्कर असते. हरीशलाही तशीच सवय होती. त्या सवयीमुळेच त्याचे सुधारणेचे सगळे मार्ग बंद झाले होते. आपल्या सुधारणेचे मार्ग आपणच बंद करत असतो. चांगल्या कंपनीत भरपूर पगारावर नोकरी मिळवायला जर टेबलाखालून पैसे द्यायचे असतील आणि ते जर माझ्याकडे नसतील तर मग ती मला कधीच मिळणार नाही, म्हणजे माझा मार्ग मीच बंद केला. गंमत अशी आहे की ज्याच्याकडे पैसे नसतात, तीच मंडळी अशी भाषा करतात. हा मार्ग सोपा आहे. असे म्हटले की मग हात वर करून नशिबाला बोल लावत बसलं की ह्यांचं काम झालं, म्हणूनच मी येथे वेगळाच पुढाकार सुचवीत आहे. तो सोपा नाही; अतिशय कठीण आहे. त्याला भरपूर धाडस लागेल. येथे पुढाकार घेऊन ह्या अपयशाची जबाबदारी स्वत:वर घ्यायची. ती तशी घेतलीत तर आणि तरच स्वत:च्या प्रगतीचे अनेक पर्याय खुले होतात. त्यासाठी असे म्हणावे लागेल की, 'माझे प्रयत्न कमी पडले, म्हणून मला नोकरी मिळाली नाही. मी आता पुन्हा प्रयत्न करणार.'

क्वचित कुणीतरी बोलेल, की 'हे आम्हालाही माहीत आहे, पण आम्ही किती वेळा प्रयत्न करायचा? सगळीकडे हेच होतं म्हणून मग आम्ही दुसऱ्याला दोष देतो.'

मी माझ्या पुढाकाराच्या पहिल्या पुस्तकात एके ठिकाणी म्हटले आहे की जीवन हे प्रतिध्वनीच्या तत्त्वावर चालते. तुम्ही जर तेच करत राहिलात तर तुम्हाला तेच तेच मिळत राहील. तुम्ही जर तुमच्या कृतीचा वेग वाढवलात तर तुम्हाला वेगाने, पण त्याच त्याच गोष्टी मिळत राहतील. तुम्हाला जर वेगळं काहीतरी मिळवायचं असेल तर तुम्हाला वेगळं काहीतरी करावं लागेल. तुम्ही वेगळं केलंत की मग तुम्हाला वेगळा परिणाम अनुभवायला मिळेल, त्याशिवाय मिळणार नाही. आता प्रश्न राहतो- किती वेळा प्रयत्न करायचा?

त्यासाठी आपण थॉमस एडीसन ह्या शास्त्रज्ञाची गोष्ट तपासून पाहूया.

थॉमस एडीसन ह्या शास्त्रज्ञाने विजेवर चालणारा दिवा शोधून काढला. जेव्हा त्याच्या मनात ही कल्पना आली तेव्हा ही अकल्पित होती. तेव्हा उजेड निर्माण करण्याचा एकमेव मार्ग म्हणजे अग्नि. काहीही जाळल्याशिवाय उजेड कसा निर्माण होईल, हे कोडं सगळ्यांना होतं, पण एडीसनचे प्रयोग चालू होते आणि प्रत्येक प्रयोग अयशस्वी होत होता. त्याचे सहकारी त्याला वेड्यात काढत होते. त्यांना सतत हाच विचार सतावत होता की जाळ केल्याशिवाय उजेड कसा निर्माण होईल? जेव्हा त्याचा आठशेवा प्रयोग फसला तेव्हा एडीसनचा मदतनीस अगदी कळकळीने त्याला म्हणाला 'साहेब, हे पाहा! काहीतरी जाळल्याशिवाय उजेड होऊ शकत नाही. तुम्ही हा विचार सोडून द्या. तुम्ही आठशे वेळा वेगवेगळे प्रयोग केले, पण यश काही आलं नाही.' त्यावर एडीसन उत्तरला, की 'चुकीच्या कार्यपद्धतीचा आठशेवा प्रकार आज मला समजला, त्यामुळे ह्यात झालेल्या चुका सुधारून मी पुन्हा प्रयत्न करणार.' त्यानंतरही त्याला दोनशे पाच प्रयोग करावे लागले, तेव्हा कुठे त्याचा प्रयोग यशस्वी झाला. आज त्याचा फायदा संपूर्ण जगाला होतो आहे. त्यानेही जर दुसऱ्यांना दोष देऊन आपले प्रयोग बंद केले असते तर आज आपण अजूनही अंधारातच राहिलो असतो.

कर्नल सॅंड्रसचीसुद्धा अशीच गोष्ट- अगदी अलीकडची- आहे. हा कर्नल अमेरिकेतल्या सेनादलामधून निवृत्त झाला. निवृत्तीनंतर नुसत्या पेन्शनवर काही त्याचे भागेना, म्हणून काहीतरी व्यवसाय करावा असे त्याला वाटले. चांगली नोकरी मिळवण्याइतपत त्याच्याकडे शिक्षण नव्हते, परंतु व्यवसाय कोणता करावा ह्यासाठी त्याने स्वत:चे आत्मपरीक्षण केले. आपल्याकडे काय आहे की ज्याचा आपण व्यवसाय उभा करू शकतो? त्याला समजले की त्याच्याकडे चांगली पाककला आहे. त्याने केलेली तळलेली कोंबडी सगळ्यांना आवडते, मग त्याच्या डोक्यात एक कल्पना आली. तो एका हॉटेलच्या मालकाकडे गेला. त्याला म्हणाला, की 'माझी तळलेली कोंबडी सगळ्यांना आवडते. तुम्ही तुमच्या मेनुकार्डात

माझ्या तळलेल्या कोंबडीचा समावेश करा. गिऱ्हाईक जेव्हा मागेल तेव्हा मी करून देईन. प्रत्येक ऑर्डरमागे मला एक डॉलर द्या.' हॉटेलच्या मालकाने त्याचे म्हणणे ऐकून घेतले आणि त्याला हाकलून दिले. तो बिचारा दुसऱ्या हॉटेलमध्ये गेला, पण तेथेही त्याला तशीच वागणूक मिळाली. दोन वर्षं तो एक हजारहून अधिक हॉटेल मालकांना भेटला, पण प्रत्येकाने त्याला हाकलून दिले; परंतु त्याचाजवळ प्रचंड आत्मविश्वास होता. तो दररोज उठून वेगवेगळ्या हॉटेल मालकांना भेटत राहिला. शेवटी एका हॉटेल मालकाने त्याला एक संधी दिली. त्याची ही तळलेली कोंबडी गिऱ्हाइकांना इतकी आवडली की त्याचा प्रसार इतर हॉटेलमध्येही झाला. आज ही तळलेली कोंबडी नुसती अमेरिकेतच विकली जाते असे नाही तर जगभरात 'कंटकी चिकन' ह्या नावाने ओळखली जाते. कर्नल सॅंड्रस आज अब्जावधी डॉलर्स कमवून आहेत.

किती वेळा प्रयत्न करायचे ह्याला काही उत्तर नाही. प्रयत्नांती परमेश्वर ही म्हण आपणा सगळ्यांनाच माहीत आहे.

अयशस्वी विक्रेत्याने आपल्या अपयशाची संपूर्ण जबाबदारी स्वीकारणे ह्याला धाडसाची पहिली पायरी म्हटले जाईल. 'माझी विकण्याची पद्धत चुकली' हे मान्य करणे अतिशय कठीण आहे. 'मी विक्रीचे शास्त्र शिकीन व पुन्हा प्रयत्न करीन' असा विचार मनात आणायचा, म्हणजेच धाडसाची पहिली पायरी.

वक्तशीरपणा नसलेल्याने आपल्या बेशिस्तीची संपूर्ण जबाबदारी घ्यायची, ह्याला धाडसाची पहिली पायरी म्हटले जाईल. 'माझ्या उशीर होण्याला माझा बेशिस्तपणाच कारणीभूत आहे. मी वेळेचे व्यवस्थापन शिकेन व शिस्तबद्ध होईन' असा विचार मनात आणायला प्रचंड शक्ती लागेल.

प्रमोशन न मिळणाऱ्या माणसाने आपल्या अपयशाबद्दल कुणालाही दोष न देता स्वतःवर दोष घ्यायचा ह्याला धाडसाची पहिली पायरी म्हणता येईल. 'बहुतेक माझ्या कार्यपद्धती चुकल्या असतील किंवा वरिष्ठांना काय हवंय हे मला समजून घेताच आलं नाही. आता मी माझ्या कार्यपद्धती सुधारून वरिष्ठांना समजून घेणार' असा विचार मनात आणायला धैर्य लागते.

सहकार्य मिळवण्यात अपयश आल्यानंतर माझंच वागणं चुकलं असेल किंवा मला त्यांना समजून घेता आलं नाही. 'मी पुन्हा प्रयत्न करणार व त्यांची मने जिंकून घेणार,' असा विचार मनात आणायला धाडसी प्रवृत्तीच लागते.

काही वाचकांना वाटेल की वरील विचार मनात आणायला धाडस का म्हटलेले आहे? उलट मारामारी करायला धाडस लागते, दुसऱ्याचा खून करायला धाडस लागते, चोरी करायला धाडस लागते, नीतिमत्तेचे सगळे नियम धाब्यावर बसवायला धाडस लागते, ही कामे साधीसुधी नाहीत; त्यामुळे अपयशाच्या वेळी

स्वत:लाच दोष द्यायचा ह्याच्यात धाडस कुठले आले? हे तर स्वत:च्या हाताने स्वत:च्या पायावर कुऱ्हाड मारून घेण्यासारखे आहे, उलट हा तर नेभळटपणा झाला.

वर वर पाहता असंच वाटतं, पण प्रत्यक्षात असे नसते. प्रत्यक्षात परिस्थिती नेमकी उलटी असते. वर नमूद केलेल्या प्रत्येक प्रसंगात पडताळून पाहा. 'लगे रहो मुन्नाभाई'मधील गांधीगिरीमध्येसुद्धा गांधीजी मुन्नाभाईला हेच शिकवतात. 'चाटा मारना आसान है। माफी माँगनेमें हिंमत लगती है।''

बेरोजगाराने जर दोष जातीयवादावर ढकलला किंवा लाचखोरीवर ढकलला व तो ग्राह्य मानला, तर मग काय होईल? ह्या बेरोजगाराला नोकरी मिळवायची असेल तर सर्वप्रथम ह्या समाजातून जातीयवादाचे उच्चाटन करावे लागेल किंवा लाचखोरीला लगाम घालावा लागेल, त्याशिवाय ह्या बहाद्दराला नोकरी मिळणार नाही, पण ह्याउलट त्याने जर हसतमुखाने चटकन जबाबदारी स्वीकारली तर काय होईल पाहा. त्याने जर स्वत:मध्ये सुधारणा करून पुन्हा प्रयत्न केला तर त्याच्याच प्रगतीचा मार्ग खुला होतो. जातीयवाद आणि लाचखोरी तर आदिमानवापासून चालत आलेली आहे, पण त्यावर चांगली प्रवृत्ती मात करतच आलेली आहे.

विक्रेता अयशस्वी झाला आणि त्याने दोष गिऱ्हाइकांना दिला किंवा किमतीवर दोष ढकलून दिला व हा दोष ग्राह्य मानला, तर मग पाहा काय होईल! त्याचा परिणाम असा होईल की ह्या विक्रेत्याच्या यशासाठी लोकांना त्यांच्या आवडीविरुद्ध जाऊन ह्याचा माल विकत घ्यावा लागेल किंवा कंपनीला तोटा सहन करून त्याची किंमत कमी करावी लागेल. ह्या अपेक्षा अशक्य कोटीतल्या आहे. कोणीही विक्रेत्याला यशस्वी करण्यासाठी आपल्या आवडीविरुद्ध कोणताही माल विकत घेत नाही किंवा कोणतीही कंपनी एखाद्या विक्रेत्या कर्मचाऱ्याला यशस्वी करण्यासाठी तोटा सहन करून मालाची किंमत कमी करत नाही, ह्याउलट जर त्या विक्रेत्याने हसतमुखाने चटकन जबाबदारी घेतली तर त्याच्याच प्रगतीचा मार्ग खुला होतो. त्याला विक्रीची कला शिकण्याची संधी मिळेल व त्यामुळे त्याची कार्यपद्धती बदलेल. आपल्या प्रगतीसाठी लोकांनी बदलावं किंवा आपल्या मॅनेजमेंटने बदलावं ही अपेक्षा करत रहाण्यापेक्षा चटकन आपणच बदलावं हाच साधा सरळ प्रगतीचा मार्ग ठरतो.

बेशिस्त माणसाने आपल्या बेशिस्तीचं खापर दुसऱ्यावर फोडलं आणि ते ग्राह्य मानलं तर मग काय होईल? त्याचा बेशिस्तपणा इतर मंडळी किती दिलखुलासपणे खपवून घेतात ह्यावर अवलंबून राहील. जर तशी मंडळी अनेक वर्षं मिळाली नाहीत तर अनेक वर्षं हा अयशस्वीच राहील, पण जर ह्याने चटकन व हसतमुखाने जबाबदारी स्वीकारली तर शिस्त अंगात बाणायची संधी त्याला उपलब्ध होऊ

शकते, त्यामुळे त्याची प्रगती इतरांवर अवलंबून राहत नाही.

प्रमोशन न मिळाल्याचा दोष कंपनीतल्या राजकारणावर ढकलला आणि तो ग्राह्य मानला तर मग ह्या व्यक्तीला प्रमोशन मिळण्याकरता एकतर संपूर्ण राजकारणाचं उच्चाटन करायला पाहिजे किंवा स्वत: राजकारणात सक्रिय भाग घ्यायला पाहिजे. पहिला पर्याय हा त्याच्या हातात नाही व दुसऱ्या पर्यायाला पुढाकार घ्यायला लागेल. एवढे करूनही यशाची खात्री नाही, पण ह्याउलट जर जबाबदारी घेतली व स्वत:च्या कार्यपद्धतीत सुधारणा केली तर प्रगतीचा मार्ग आपोआपच खुला होतो.

सहकार्य न मिळणाऱ्या व्यक्तीने आपल्या अपयशाचे खापर सहकाऱ्यांच्या वृत्तीवर फोडले आणि ते ग्राह्य मानले तर मग ह्याला सहकार्य मिळण्याकरता त्यांनी त्यांची वृत्ती ह्याला हवी तशी बदलावी लागेल, परंतु हे अशक्य आहे, पण जर त्याने चटदिशी जबाबदारी घेतली आणि स्वत:ची वृत्ती बदलली तर मात्र त्याला सहकार्य मिळायचा मार्ग खुला होतो.

पाहिलंत! उलट जबाबदारी ढकलल्यानेच पायावर कुऱ्हाड बसते. जबाबदारी स्वीकारल्याने प्रगतीचा मार्ग खुला होतो, परंतु ही तर पहिलीच पायरी आहे. नुसती जबाबदारी स्वीकारली आणि फक्त दोष स्वत:कडे घेतला तर भ्याडपणा होईल. भ्याड लोक नाइलाजाने स्वत:कडे दोष घेतात. अशी कृती हसतमुखाने होत नाही, खिलाडू वृत्तीने होत नाही, तर रडत रडत होते. ह्याला धाडस अजिबात लागत नाही. परिस्थितीच्या ओझ्याखाली तुम्ही दबून गेलेले असता. तेथे चेहऱ्यावर हसू ठेवताच येत नाही, परंतु मी जे सुचवीत आहे ते पूर्णपणे वेगळे आहे. येथे खिलाडू वृत्तीने आपले अपयश, आपला कमीपणा, आपल्या चुका मान्य करायच्या; त्यासाठी पुढाकार घ्यायला लागेल; त्यासाठी धाडस लागेल व ते जमले तर चेहऱ्यावर हसूही ठेवता येईल.

आता याच्या पुढची पायरी- अपयश, चूक किंवा कमीपणा यांची भरपाई करण्यासाठी लगोलग पावले उचलायची. हरीशने शेवटी स्वत:च्या अपयशाची जबाबदारी स्वीकारली व धाडसाचे पाऊल उचलले. खरं म्हणजे हरीशच्या बाबतीत अपयशाचे फासे उलटे करणे हे त्यामानाने खूपच सोपे होते. त्याला इंग्रजी वगैरे शिकायचे नव्हते, त्यात तर तो निपुण होताच, पण त्याच्या मनावर जे अपयशाचे ओझे होते ते त्याला कमी करायचे होते. त्याची सुरुवात तो शाळेत असताना झाली. शाळेतला तो प्रसंग त्याच्या अगदी जिव्हारी लागला होता. तो प्रसंग त्याने अगदी खिलाडू वृत्तीने हसत हसत पचवला. त्यासाठी त्याला एका हिंदी सिनेमातले एक सुंदर वाक्य उपयोगी पडले. 'बडे बडे देशोंमें ऐसी छोटी छोटी बातें होती रहती हैं।' असे ते वाक्य होते. हरीशने त्याच्या शाळेतल्या अपयशी प्रसंगाला हे वाक्य जोडले

व त्याच्या मनातील सल प्रयत्नपूर्वक काढून टाकला, पण प्रत्येक प्रयत्न करताना प्रचंड धाडसाची गरज होती व तेसुद्धा हसत हसत करण्याची गरज होती.

हरीशने ते दिव्य पार केले व आज तो एक उत्तम वक्ता आहे. तो चांगली भाषणे देतो. तरुण मुलांना मार्गदर्शन करतो. घरच्या व्यवसायात त्याने चांगलीच मजल मारलेली आहे. हरीशला जेव्हा हे सगळे जमले तेव्हा त्याला खूप आनंद तर झालाच, पण एका गोष्टीचे वाईटही वाटले. हे सगळे इतके सोपे होते आणि तरीही त्याने आयुष्याची वीस एक वर्षं निरर्थक भीतीमुळे वाया घालवली.

■

७

संकल्प

संकल्प म्हटलं की नवीन वर्ष उजाडल्यासारखे वाटते. बहुतेकांच्या बाबतीत ह्या शब्दाची जागा फक्त '१ जानेवारी' ह्या दिवशीच असते. नवीन वर्षासाठी नवीन डायरी घ्यायची व जानेवारीच्या पहिल्या तारखेवर आठ ते दहा संकल्प लिहायचे. त्यानंतर ते पान फक्त डिसेंबरच्या महिन्यातच उघडले जाते. मग परत एकदा ठरवायचे आणि आणखी एक नवीन डायरी पुढच्या वर्षासाठी घ्यायची व नवीन संकल्प लिहून काढायचे. बस! एवढाच आपला संकल्पाशी संबंध असतो, पण हे असं का होतं ह्यावर आपण कधी विचार करत नाही. ह्या संकल्पाच्या यादीमध्ये आपण उगाचच काही शब्द घुसडलेले असतात. उदा. 'मी रोज डायरी लिहीन' हे वाक्य लिहायला आणि वाचायला खूप चांगले वाटते, पण जगात अनेक चांगल्या गोष्टी आहेत, सगळ्याचीच आपल्याला गरज नसते. ज्या गोष्टीची गरज नाही त्याचाच संकल्प केला तर तो निश्चितपणे तडीस जाईल की नाही ह्याबद्दल प्रश्नचिन्हच असते. संकल्प आपल्याला जरुरीचे नसतील व त्याला काही दिशा नसेल तर ते फक्त डायरीतल्या पानांमध्येच राहतात. संकल्पाला योग्य दिशा असेल तर ते निश्चितपणे तडीस जातात व आपल्याला जे हवे आहे ते मिळवून देतात. ह्याची दिशा ठरविण्यासाठी आज मी तुम्हाला एक युक्ती सांगतो.

१. सर्वप्रथम एक लक्षात ठेवायचे की संकल्प एक जरी केला तरीसुद्धा पुरेसे आहे. लिहायला चांगले वाटतात म्हणून उगाचच दहा संकल्प डायरीत लिहिलेच पाहिजेत असे काही नाही.

२. आपण जो काही संकल्प करू, तो आपल्याला दूरगामी लक्ष्य गाठण्यासाठी अत्यंत जरुरीचा असला पाहिजे.

३. एक संकल्प तडीस गेल्यावर दुसरा संकल्प घेतला पाहिजे. संकल्पाची जागा जर रिकामी राहिली तर पहिला संकल्पही विरून जाईल व आपल्याला

काहीही फायदा होणार नाही.

४. संकल्प सकारात्मक भाषेत लिहायला हवा. नकारात्मक भाषेतले संकल्प सहसा सिद्धीस जात नाहीत, कारण मेंदूला नकारात्मक भाषा कळत नाही. उदा. 'हत्तीचा विचार करू नका' असे म्हटले की आपल्या मनात सर्वप्रथम हत्तीचाच विचार येतो. 'हत्ती आंबे खातो आहे असा विचार करू नका' म्हटले की तसेच चित्र डोळ्यांसमोर उभे राहते, त्यामुळे 'मी सिगरेट ओढणार नाही' असा संकल्प असेल तर बहुधा ह्या नकारात्मक भाषेमुळे तंबाखूचे व्यसन जात नाही, उलट तो माणूस गुटका खातो. त्याला वाटते संकल्प सिद्धीस गेला. कालांतराने बघावे तर तो सिगरेटही ओढतो व गुटकाही खातो.

५. आता सगळ्यात महत्त्वाचे, संकल्पाची दिशा नीट पारखून घ्या, त्यासाठी खाली एक तक्ता देत आहे. हा तक्ता जर तुम्ही मनापासून भरला तर तुम्हाला तुमच्या संकल्पाची दिशा मिळेल.

पहिल्या चौकोनात (Want and Don't Have) - आपल्याकडे नसलेल्या, पण हव्या असणाऱ्या गोष्टींची नोंद करायची. येथे गाडी, बंगला, भरपूर पैसा यांसारख्या भौतिक गोष्टींबरोबर आपल्या स्वत:बद्दल किंवा आपल्या सवयींबद्दल उल्लेख करावा- उदा. आत्मविश्वास, धडाडी, शिस्तबद्धता, संभाषण चातुर्य वगैरे वगैरे.

	WANT - पाहीजे	DON'T WANT - नको
HAVE - आहे		
DON'T HAVE - नाही		

दुसऱ्या चौकोनात (Want and Have) - आपल्याकडे असलेल्या व हव्या असलेल्या उपयुक्त गोष्टीची नोंद करायची आहे. येथेही आपल्याकडील भौतिक गोष्टी आणि स्वत:च्या सवयींचा उल्लेख करावा- उदा. विनयशीलता, कुटुंबवत्सलता वगैरे वगैरे...

तिसऱ्या चौकोनात (Don't Want and Don't Have) - आपल्याकडे नसलेल्या व नको असलेल्या गोष्टींची नोंद करायची आहे- उदा. व्यसनाधीनता

चौथ्या चौकोनात (Don't Want and Have) - आपल्याकडे असलेल्या, परंतु टाकाऊ गोष्टींची नोंद करायची आहे- उदा. स्थूलपणा, स्ट्रेस, आळस

➢ तक्ता भरून झाल्यावर खालील प्रश्नांचा विचार करा.
➢ कोणता चौकोन सगळ्यात छोटा किंवा सगळ्यात मोठा झाला?
➢ कोणता चौकोन सगळ्यात अवघड किंवा सगळ्यात सोपा होता?
➢ चारही चौकोनांतील नोंदींची तुलना केलीत तर काय वाटतं?

ह्या सगळ्या प्रश्नांच्या उत्तरांवर नजर फिरवली तर तुमचं तुम्हाला समाधान वाटतं काय? चौकोनात नोंद केलेल्या कोणत्या गोष्टी तुम्हाला बदलाव्याशा वाटतात? अशा गोष्टींचे संकल्पात रूपांतर होऊ शकते. तुमच्या दूरगामी यशासाठी आज कोणता संकल्प करायला पाहिजे ह्याचा विचार करा.

दोन नंबरच्या चौकोनाविषयी स्वत:ला धन्य समजा. त्याविषयी ज्या कोणाचे आभार मानायचे असतील त्यांचे आभार मानणे आवश्यक आहे. संकल्पाची हीच पहिली पायरी आहे असे समजा.

चौथ्या चौकोनातील टाकाऊ गोष्टींचा नायनाट करण्याचा संकल्प करताना तो सकारात्मक भाषेत करा. उदा. *'वाढीव वजन'* टाकण्यापेक्षा *'सुडौल व निरोगी बांधा'* ठेवणे हे जास्त सकारात्मक होईल.

तिसऱ्या चौकोनातील तुमच्याकडे नसलेल्या टाकाऊ गोष्टींच्याबद्दल सतर्क राहा. ह्या गोष्टी कोणत्याही मोहाच्या क्षणी तुमच्या आयुष्यात येऊ शकतात. ह्या गोष्टींनी तुमच्या आयुष्यात प्रवेश केला तर तुमचा चार नंबरचा चौकोन भरून जाईल.

आता एक नंबरचा चौकोन. हा सगळ्यात महत्त्वाचा चौकोन आहे. हा सकारात्मक आहे, हा मिळवायचा आहे. आता ह्याचाही संकल्प सकारात्मक भाषेत करा. ह्या चौकोनातील सगळी यादी एकदम घ्यायला पाहिजे असे नाही. ह्यातील एक संकल्प हाती घेतला तरी चालेल- तो नक्की तडीस जाईल, त्यानंतर दुसरा. तो तडीस गेल्यावर तिसरा. अशा प्रकारे वर्षाला एक जरी घेतला तरी येत्या पाच

वर्षांत तुमचे आमूलाग्र परिवर्तन झालेले असेल.

अशा प्रकारे वर्गीकरण आणि मांडणी केलीत तर फरक काय होतो ते पाहा. ह्यातील एक जरी संकल्प हाती घेतला तरी आपल्याला तो तडीस नेण्याकरता अनेक उपक्रम हाती घ्यावे लागतील. उदा. शिस्तबद्धता किंवा सुडौल बांधा अशांसारखा संकल्प घेतला तर त्यासाठी अनेक प्रकारचे उपक्रम येतील. सकाळी लवकर उठणे, रोजचा व्यायाम, आहारावर संयम, काम करण्याच्या पद्धती वगैरे वगैरे. अशा वेळी डायरी लिहिणे हीसुद्धा आवश्यक बाब होऊन जाईल, पण डायरी लिहिणे म्हणजे संकल्प नसून फक्त उपक्रमातील एक आवश्यक भाग असेल.

ह्याउलट जेव्हा वर्गीकरणाशिवाय संकल्प ठरविला जातो, तेव्हा तो दिशाहीन होऊ शकतो. मग छोट्या छोट्या उपक्रमांनाच आपण संकल्प समजतो. डायरी लिहिणे ह्या संकल्पाला अर्थ नाही म्हणून तो तडीस जाणार नाही, पण शिस्तबद्धता आणि सुडौल बांधा हे माझ्या दूरगामी यशासाठी आवश्यक असतील तर मग डायरी लिहिण्यासारखे छोटे उपक्रमही अतिशय महत्त्वाचे होतात व ते मग तडीस जातात, त्यामुळे संकल्प आणि संकल्पासाठी लागणारे छोटे उपक्रम ह्यामधील फरक स्पष्ट होतो.

आजच ह्यावर प्रयोग करून पाहा. ∎

८

यशासाठी प्रेरित राहा व इतरांना प्रेरणा द्या

सकाळचे सहा वाजले. नेहमीप्रमाणेच मी साखरझोपेत असताना घड्याळाचा गजर वाजू लागला. मी वैतागूनच तो बंद केला आणि लगेच परत झोपेच्या कुशीत शिरलो. दहा मिनिटांतच परत गजर झाला. मी परत वैतागून बंद केला. माझ्या आईने हाक मारली, 'अरे संजीव! उठतो आहेस की नाही? ऑफीसला जायचंय ना?' मी त्याकडे 'हं! हं!' म्हणत दुर्लक्ष केलं आणि परत झोपलो. परत दहा मिनिटांनी गजर झाला. आता बायकोही बोलली, 'अरे संजीव! ऊठ, उशीर होतोय!' मी परत 'हो हो' म्हटलं आणि परत झोपलो. दहा मिनिटांनी परत गजर झाला. आता आई आणि बायको दोघी ओरडल्या, 'अरे संजीव उशीर झाला. चल ऊठ बरं!' हा शेवटचा गजर होता. मी उठलो. साडेसहा वाजले होते. मला खरं म्हणजे सव्वा सहाला उठायचे होते, म्हणून मी गजर सहा वाजताचा लावला होता, पण शेवटी अंथरुणातून बाहेर पडेपर्यंत साडेसहा वाजलेच. चांगलाच उशीर झाला होता. आता धावपळ करीत तयारी करायची, धावत पळत गाडी पकडायची आणि ऑफीसला जायचं. त्यातही गाडी चुकली तर आणखी उशीर म्हणजे ऑफीसमध्ये साहेबाचं ऐकून घ्यावे लागेल. घरी आई आणि बायकोच्या शिव्या तर खाल्ल्याच, आता त्यात आणखी भर.

साधारणपणे तीसएक वर्षांपूर्वी अशी माझी दिनचर्या सुरू व्हायची. सगळीकडे उशीर, उशीर आणि उशीर; तरी मी माझ्या मनगटावरचे घड्याळ पंधरा मिनिटे पुढेच ठेवायचो. घरातले घड्याळ चांगले अर्धा तास पुढे असायचे, पण सगळीकडे उशीर व्हायचा, मग त्यामुळे टेन्शन, वादविवाद, राग वगैरे वगैरे हे ओघानेच यायचे. असे माझे वेळेचे व्यवस्थापन होते, पण एक दिवस माझ्या वाचनात एक पुस्तक आले आणि हे सगळे बदलले.

त्या दिवसापासून आजपर्यंत माझ्या हातावरचे आणि घरातील भिंतीवरचे

घड्याळ रेडिओ टाइम दाखवते. मला सहा वाजता उठायचे असेल तर गजर सहाचा असतो व मी बिछान्यातून सहा वाजता बाहेर येतो. मला चार वाजता उठायचे असेल तर गजर चार वाजताचा असतो व मी गजर झाल्याबरोबर बिछान्यातून बाहेर येतो. मला सहसा कोठेही उशीर होत नाही, त्यामुळे रोजची धावपळ बंद झाली. त्या धावपळीच्या ओघाने येणारे वादविवाद, शिव्याशाप बंद झाले. नातेसंबंध सुधारले. माझी उत्पादकता वाढली व माझी प्रगती झाली, मी यशस्वी झालो.

काय आलं असेल माझ्या वाचनात की ज्यामुळे हा बदल झाला? माझ्या वाचनात एक जबरदस्त फंडा आला की त्याने माझे उभे आयुष्यच बदलून गेले. तुम्ही जर तो फंडा अमलात आणलात तर तुमचेही आयुष्य बदलून जाईल. त्या पुस्तकात आपल्या प्रेरणेचा स्रोत, त्याची दिशा ह्याबद्दल चर्चा होती. मी फक्त वेळेचे व्यवस्थापन करण्यासाठी त्यातील गोष्टी अमलात आणल्या, पण त्याचा फायदा मला उभ्या आयुष्यात झाला.

माणसाला दोन गोष्टी कृती करण्यास भाग पाडतात. पहिली प्रेरणा व दुसरी नाइलाज. आपण दोन्ही समजून घेऊया. तुम्ही रोज सकाळी कसे उठता ह्यामध्ये तुमच्या प्रेरणेची दिशा डोकावत असते. तुम्ही जर सहा वाजताचा गजर लावून साडेसहा वाजेपर्यंत कसेबसे उठत असाल तर तुम्ही सर्व कामे नाइलाजास्तव करीत असाल. जोपर्यंत परिस्थिती भाग पाडत नाही तोपर्यंत अशा व्यक्तींच्या हातून काही कृती होऊ शकत नाही.

आता दुसरा प्रकार: तुम्ही सुट्टी घेऊन सहलीला गेला आहात. निसर्गरम्य ठिकाणी राहत आहात. रोजची चाकोरी अजिबात नाही. नुसती मौजमजा करायची आहे. अशा ठिकाणी सकाळी रोजच्यापेक्षा लवकरच तुम्हाला जाग येते. तुम्ही विचार करता, 'चला सकाळ झाली. आज कशी धमाल करायची!' मौजमजेची चित्रं स्पष्टपणे तुमच्या डोळ्यासमोर येतील. तुम्ही बिछान्यातून बाहेर येण्यासाठी उत्तेजित व्हाल. तुमच्यापुढे एकच विचार असतो- *आज कशी मजा करायची!'* बिछान्यातून

बाहेर यायचं की नाही हा प्रश्नच नसेल. प्रश्न असेल आज काय करायचं?

हा प्रकार म्हणजे 'ध्येयाकडे' जाणारा व या आधीचा म्हणजे 'कटकटीपासून' दूर जाणारा. ह्या दोन प्रकारच्या ऊर्जा भिन्न प्रकारे काम करतात आणि भिन्न प्रकारचे परिणाम घडवून आणतात. ह्या प्रकारांना आपल्याला प्रेरणेची दिशा असे म्हणता येईल. ही दिशा एकतर 'ध्येयाकडे' जाणारी असते किंवा नको असणाऱ्या 'कटकटीपासून' लांब पळणारी असते. खरं म्हणजे प्रेरणेची दिशा म्हणजे दुसरं तिसरं काहीही नसून फक्त एक प्रकारचा मानसिक स्तर आहे, परंतु हा मानसिक स्तर संपूर्ण आयुष्यावर परिणाम करून जाणारा आहे.

जशी आपण शितावरून भाताची परीक्षा करतो, त्याचप्रमाणे आपल्या संपूर्ण आयुष्यात आपण किती यशस्वी होणार ह्याची परीक्षा तुम्ही सकाळी कसे उठता ह्यावर होऊ शकते. वैविध्यपूर्ण आयुष्य जगताना आपली उत्तेजनेची दिशा ठरावीकच

असते, निर्णय घेण्याची विचारधारा एकच असते. एकदा का कटकटीपासून लांब पळण्याच्या पद्धतीवर आपण स्थिरावलो की मग आपल्याला असे लक्षात येईल की आयुष्यातील प्रत्येक निर्णय, प्रत्येक कृती अगदी नाइलाज झाल्याशिवाय घडत नाही. अशा व्यक्तींना त्या गोष्टीतील फायदे दाखविले तर ते कृती करायला तेवढेसे उत्सुक नसतात, पण त्या ठिकाणी जर काही तोटे असतील तर ते त्या तोट्यांपासून लांब जाण्यास एका पायावर उभे असतात. तोटे जितके तीव्र तितकी ह्या मंडळींची कृती जलद. थोडक्यात, नाइलाज झाल्याशिवाय एकही काम ह्या लोकांकडून होत नाही. उदा. सकाळी गजर झाल्याबरोबर लगेच उठणे- ह्या गोष्टीतले फायदे सांगितले तर त्याकडे कानाडोळा केला जाईल, पण जेव्हा त्यातील तोटे स्पष्ट आणि तीव्र होतील तेव्हा मात्र चटकन ही व्यक्ती बिछान्यातून बाहेर येईल. रोज व्यायाम करण्याचे अनेक फायदे एका कानाने ऐकून दुसऱ्या कानाने ही व्यक्ती खुशाल सोडून देईल, पण डॉक्टरने जर तंबी दिली तर लगेच व्यायाम सुरू होईल. कामाच्या घाईगर्दीमुळे जेव्हा जीव नकोसा होईल तेव्हा अचानकपणे ही व्यक्ती रजा घेऊन मनोरंजनासाठी निघून जाईल, पण एरव्ही अशा रजेचे कितीही फायदे सांगितले तरी त्याकडे संपूर्ण दुर्लक्ष करून रजेचे नियोजन करणार नाही. ही व्यक्ती त्रास न देणारे मित्र जोडेल. जोपर्यंत वर्तमान परिस्थितीचा वीट येत नाही, त्यात जीव गुदमरून जात नाही, त्याचे तोटे स्पष्ट होत नाहीत, तोटे तीव्र होत नाहीत तोपर्यंत जीवनात धडपडही करणार नाही.

दुसऱ्या प्रकारची दिशा म्हणजे 'ध्येयाकडे' नेणारी- आयुष्यात जे काही हवे त्याकडे जाणारी, सुखाकडे वाटचाल करणारी, यशाकडे जाणारी. उदा. जी व्यक्ती आपल्या सुखासाठी धडपड करीत असते, जिला स्वतःच्या सुखासाठी ध्येयासाठी सकाळी उठून काहीतरी अभूतपूर्व करायचे असते, ती व्यक्ती सकाळी जाग आल्याबरोबर एक क्षणही बिछान्यात लोळत पडून राहू शकत नाही. ह्या व्यक्तीच्या डोक्यात विचार असतील 'चला! बरं झालं, सकाळ झाली. आज कुठून सुरुवात करायची?' ही व्यक्ती स्वतःच्या मनोरंजनाची व्यवस्था करून ठेवेल, त्यासाठी रजेचे नियोजन करेल, परंतु हे काम नाइलाजास्तव केले जाणार नाही तर महत्त्वाचे आहे म्हणून करेल. मित्र जोडताना वेगवेगळे मतप्रवाह एकत्र येतील ह्याचा विचार केला जाईल. ही व्यक्ती वैचारिक द्वंद्वाला सामोरी जाईल. स्वतःच्या व्यवसायातसुद्धा सुरुवातीपासूनच ध्येये घेऊन उतरायची सवय ह्या व्यक्तीला असेल. स्वतःला जे हवे 'त्याकडे' सरकण्याची सवय ह्या व्यक्तीला असेल.

तुम्ही तुमच्या एकूण दिनचर्येवर नजर टाका व पडताळा घेऊन पाहा. तुमच्या प्रेरणेचा स्रोत कोठून आहे, तुम्ही तुमच्या आयुष्यातले निर्णय कसे घेता- नाइलाज होईपर्यंत थांबता की योजनापूर्वक घेता, ह्याचा पडताळा तुमच्या सकाळी उठण्याच्या

सवयीवरून होऊ शकतो, ध्येयाकडे मार्गक्रमण करणे ही एकच सवय सगळ्या यशस्वी लोकांना असते, ते नाइलाज व्हायची वाट बघत नाहीत.

'ध्येयाकडे' मार्गक्रमण करण्यासाठी प्रेरित राहणे हे महत्त्वाचे असते, त्यासाठी कुणाचीही वाट न बघता पुढाकार घेणे महत्त्वाचे आहे. आपल्याला आपल्या ध्येयाकडे जाण्यासाठी अखंड प्रेरणेचा स्रोत हवा असतो, पण तो आपल्यालाच निर्माण करायचा असतो. तुम्हालाही तो निर्माण करायचा असेल तर सर्वप्रथम कागद पेन्सिल घ्या बरं! आणि खालील प्रश्न स्वत:ला विचारा आणि त्याची उत्तरं लिहून काढा.

➢ *माझ्या जीवनाचे उद्दिष्ट काय आहे?*
➢ *मला सगळ्यात महत्त्वाचे काय वाटते?*

व्यावसायिक कारकीर्द, ऐषोआराम, छानछोकी, नवीन व्यवसाय, नवीन गाडया, बंगला, नोकरचाकर, सामाजिक प्रतिष्ठा, नातेसंबंध, कुटुंब वगैरे वगैरे अशांसारखी काहीही उत्तरे असतील. जी काही असतील त्यासंबंधी विचार मनात आणा व सर्व काही टिपून ठेवा. एखादेवेळेस काही उत्तरं तुमची तुम्हालाच अपुरी किंवा अस्पष्ट किंवा अतिशयोक्तीची वाटतील. काहीही हरकत नाही. फक्त टिपून ठेवा म्हणजे झालं. एकदा का सगळे विचार टिपून ठेवले की मग त्यामागे कोणते तत्त्व आहे हे तपासून घेण्यासाठी तुम्ही स्वत:ला खालील तीन प्रश्न विचारा:

➢ *माझी उद्दिष्टे मला महत्त्वाची का वाटतात?*
➢ *ह्या उद्दिष्टांमध्ये जिवापाड जपण्यासारखे काय आहे?*
➢ *माझ्या उद्दिष्टांमध्ये जीवनाचा कोणता अर्थ परावर्तित होतो?*

स्वातंत्र्य, स्थैर्य, माणुसकी, आव्हान, समाजकल्याण, कला, सर्वांगीण विकास अशांसारखे शब्द उत्तरादाखल मनाला स्पर्श करून जातील. हे जे शब्द आहेत ते तुमच्या मनात कोणती तत्त्वे दडलेली आहेत हे दर्शवतात. तुमचा जीवनविषयक दृष्टिकोन काय आहे हेच सांगतात. तुम्ही कोणती तत्त्वे अंगीकारता आहात हेच दर्शवतात. आपल्या तत्त्वांची छाया आपल्या उत्तेजनेवर पडलेली असते. आपली तत्त्वे जितकी चांगली व ठाम तितकी उत्तेजना बळकट व तत्त्वे जितकी उथळ तितकी उत्तेजना मरगळलेली असते. स्वातंत्र्य किंवा स्वाभिमानासाठी कित्येक लोकांनी आपल्या आयुष्याचेही बलिदान केल्याची उदाहरणे आपल्याकडे आहेत. तत्त्वनिष्ठ माणसाकडे अखंड प्रेरणेचा स्रोत असतो.

आपल्याला ज्या गोष्टी महत्त्वाच्या वाटतात त्याविषयी आपली प्रेरणा टिकून राहण्यासाठी ह्या विचारांचा उत्तम उपयोग करून घेता येईल, मग जीवनाच्या

उत्तरार्धात पश्चात्ताप करत बसण्याची पाळी आपल्यावर येणार नाही, कारण आपल्याला ज्या गोष्टी महत्त्वाच्या वाटतात त्यापासून विचलित न होणे व त्यावर प्रेरित राहणे व कशाचीही वाट न बघता सातत्याने कार्यरत राहणे हेच तर यशाचे सूत्र आहे. आयुष्यातल्या प्रत्येक दिवसासाठी प्रेरित राहा व कामाला लागा.

■

९

छोटीशी आशा

एका प्रयोगशाळेत शास्त्रज्ञ संशोधन करीत असतात. त्यांच्या सूचनेनुसार मदतनीस वेगवेगळी कामे करीत असतो. सर्वप्रथम तो एक मोठे पिंप घेऊन येतो. त्यानंतर पाऊण पिंप पाण्याने भरतो, मग एक उंदराचा पिंजरा आणतो, त्यामध्ये एक जिवंत उंदीर असतो, तो पिंजरा त्या पिंपाच्या वर धरून त्या पिंजऱ्याचे झाकण उघडतो व उंदराला पाण्यात ढकलतो. पाण्यात पडल्याबरोबर उंदीर पोहायला लागतो. पिंपाच्या एका कडेला येतो व पिंपाच्या परिघाभोवती गोल गोल पाहू लागतो. शास्त्रज्ञ हे सगळं पाहतो. त्यानंतर तो मदतनिसाला सांगतो, की 'ह्या उंदरावर लक्ष ठेव. तो किती वेळ असा पोहू शकतो हे मला पाहायचंय. काही वेळानंतर तो दमून जाईल व पोहायचा थांबेल. तो थांबला की बुडायला लागेल, पण त्याला बुडून द्यायचं नाही. त्यावेळी त्याला पाण्यातून बाहेर काढायचा व त्याच्या पिंजऱ्यात परत ठेवून द्यायचा.' एवढी सूचना देऊन शास्त्रज्ञ पुढच्या कामाला प्रयोगशाळेत निघून जातो.

आता उंदरापुढे काय बाका प्रसंग आहे पाहा. त्या पिंपाच्या कडेला कुठेही धरायला जागा नाही. म्हणजे त्याला सतत पोहत राहायलाच पाहिजे. म्हणजे त्याला विश्रांती घेता येणार नाही. झोपता येणार नाही. त्याला जिवंत राहायचं असेल तर त्याला पोहायलाच पाहिजे, शिवाय ह्या काळात त्याला काहीही खायला दिले जाणार नाही, म्हणजे अन्नाशिवाय, विश्रांतीशिवाय, झोपेशिवाय पोहतच राहायला पाहिजे.

मदतनीस त्या उंदरावर लक्ष ठेवून होता. पाहता पाहता चार तास व्हायला आले. मदतनिसाची जेवणाचा डबा खायची वेळ झाली, पण त्याला तिथून हलता येईना; शेवटी त्याने दुसऱ्या एका मदतनिसाची मदत घेतली व तेथून तो डबा खायला बाहेर पडला. डबा खाऊन आल्यावर पाहिले की तो उंदीर अजूनही फिरत

होता. त्याला वाटले आता दहा पंधरा मिनिटांत हा थांबणार व त्याला पाण्यातून काढून पिंजऱ्यात टाकायची वेळ येणार, त्यामुळे तो अगदी तयारीत बसला होता, पण आत्ता थांबेल, नंतर थांबेल असं करत करत एक तास गेला, दोन तास गेले; आता तिसरा संपत आला. तो चकीत झाला. सकाळी आल्यापासून लगेच हा प्रयोग सुरू केला, त्यानंतर आपण स्वत: चहापानाची सुट्टी घेतली, जेवणाची सुट्टी घेतली. त्यातली ह्या उंदराला काहीच मिळाली नाही आणि आता संध्याकाळ होत आली तरी हा पोहतोच आहे. शेवटी चार तासही उलटून गेले. संध्याकाळ झाली, तरीही हा पठ्ठ्या पोहतोच आहे. आता त्याची घरी जायची वेळ होऊन गेली होती, तरी आता ह्या उंदरामुळे त्याला घरी जाता येत नव्हतं.

हळूहळू रात्र व्हायला लागली होती. मदतनीस पिंपातल्या उंदराकडे बघत बसला होता. त्याच्या जेवणाची वेळ झाली, तरीही उंदीर पोहत होता. त्याने शास्त्रज्ञांना कळवलं की अजून उंदीर पोहतो आहे व आता माझ्या जेवणाची वेळही उलटून गेली आहे. शास्त्रज्ञानी रात्रपाळीसाठी दुसरा मदतनीस बोलावला. आश्चर्य म्हणजे त्यालाही रात्रभर ह्या उंदराकडे बघत राहावे लागले. सकाळी दिवसपाळीची मंडळी आली तेव्हा त्याला जायला मिळाले. सकाळीसुद्धा हा पठ्ठ्या पोहतच होता.

आता परत दिवसपाळीच्या लोकांवर निरीक्षण करायचे काम आले. परत आदल्या दिवशीसारखेच झाले. तो संपूर्ण दिवस त्या उंदराने पोहून काढला. रात्री पुन्हा एकदा रात्रपाळीच्या माणसाला बोलवायची वेळ आली. सकाळपर्यंत तो थांबला व सकाळी दिवसपाळीच्या स्टाफला कामाचे हस्तांतरण केले व निघून गेला. सगळ्यांना आश्चर्य वाटत होते की एवढासा उंदीर, पण अन्नाविना, विश्रांतीविना आणि झोपेविना दोन दिवस झाले पोहत होता. शेवटी तीन दिवस पूर्ण झाल्यावर त्याने हाय खाल्ली व त्याला पाण्यातून काढावे लागले. त्याला त्याच्या पिंजऱ्यात ठेवला. हा उंदीर एकूण बाहत्तर तास सतत पोहला.

आता शास्त्रज्ञानी हाच प्रयोग वेगवेगळ्या उंदरांवर केला, पण प्रत्येकवेळी पासष्ट ते पंच्याहत्तर तासांच्या दरम्यान उंदीर पोहला, त्यामुळे एका गोष्टीवर शिक्कामोर्तब झाले की अन्न-पाण्याविना, विश्रांतीविना, झोपेविना उंदीर तीन दिवस म्हणजेच बाहत्तर तास पोहतो. हे झाल्यानंतर जेव्हा शास्त्रज्ञ ह्या प्रयोगावर बारकाईने विचार करत होते तेव्हा त्यांना एक गोष्ट लक्षात आली की, त्या उंदराला पाण्यात टाकल्यानंतर पिंपाच्या कडेला गोल गोल फिरताना तो एक तर उजवीकडून डावीकडे फिरला किंवा डावीकडून उजवीकडे (Clockwise or Anticlockwise) फिरला. त्याने जर उजवीकडून डावीकडे जायला सुरुवात केली तर तो बाहत्तर तास तसाच पोहला. तसेच जर त्याने डावीकडून सुरुवात केली तर तो बाहत्तर तास डावीकडूनच पोहला, त्याने असं का केलं ह्यावर शास्त्रज्ञ विचार करीत होते. बाहत्तर

तास तो आपली दिशा बदलत नाही, ह्याला काही विशिष्ट अर्थ आहे काय? तो असं का वागतो? असे अनेक प्रश्न शास्त्रज्ञांच्या मनात येत होते. हे प्रश्न कितीही क्षुल्लक वाटले तरी शास्त्रज्ञ त्यांचा पिच्छा काही सोडत नाहीत, कारण असल्या प्रश्नांमधूनच एखादा मोठा सिद्धांत निघू शकतो.

संशोधनाच्या पद्धतीप्रमाणे एखादा प्रश्न घ्यायचा व त्याच उत्तर काय असेल ह्याचे अंदाज बांधायचे व ते लिहून काढायचे. त्यानंतर एक एक अंदाज खरा आहे का? हे पडताळून पाहायचे, त्याप्रमाणे शास्त्रज्ञ प्रश्न घेतात की उंदीर आपली दिशा का बदलत नाही? त्यानंतर त्याचा अंदाज असा काढतात की 'मिशीमुळे'. आता हा अंदाज कितपत खरा आहे हे पडताळून बघायला सुरुवात होते.

शास्त्रज्ञ मदतनिसाला सूचना देतो की, त्याची एका बाजूची मिशी काप व त्याला पाण्यात टाक. त्यानंतर तो दिशा बदलतो की नाही हे मला कळव.

तासाभराने मदतनीस शास्त्रज्ञाकडे धावत धावत येतो व सांगतो की त्याने एका उंदराची एका बाजूची मिशी कापली व त्याला पाण्यात टाकले आणि काय आश्चर्य? अहो तो फक्त तीन मिनिटे पोहला. त्यानंतर तो बुडायला लागला, त्यामुळे त्याला बाहेर काढला व पिंजऱ्यात ठेवला.

'अशक्य. तीन दिवसांचे तीन मिनिटे होणे अशक्य.' अशी शास्त्रज्ञाची प्रतिक्रिया झाली. काहीतरी वेगळे झालेले आहे असा शास्त्रज्ञाला संशय आला. त्याने मदतनिसाला सांगितले, की 'नक्की तुम्ही काय केलं ते माझ्यासमोर करून दाखवा. तुम्ही मिशी कापली म्हणजे कशी कापली हे मला पाहायचंय.'

मदतनीस शास्त्रज्ञाला प्रयोगाच्या खोलीत घेऊन गेला. आता त्यांनी दुसरा उंदीर घेतला व त्याची मिशी कापायची प्रक्रिया सुरू झाली. शास्त्रज्ञ एका कोपऱ्यात बसून शांतपणे ते पाहत होता. त्या उंदराची मिशी कापायची म्हणजे काय? आपण सलूनमध्ये जाऊन बसतो व दाढी, मिशी, केस कापून घेण्याइतके सोपे आहे होय! मिशी कापण्याकरता सर्वप्रथम त्या उंदराची मान घट्ट पकडायला पाहिजे. आता हा जिवंत उंदीर हे सहजासहजी होऊन देणार आहे काय? मग त्यासाठी ह्या मदतनिसाने एक युक्ती काढली. त्याने एक गोणपाटाची पिशवी घेतली. तो उंदीर पिंजऱ्यातून त्या पिशवीत टाकला. पिशवीचे तोंड बंद केले म्हणजे तो बाहेर पळून जाणार नाही. आता पिशवीच्या बाहेरच्या अंगाने हाताने चाचपडून त्या उंदराचे तोंड कोणत्या बाजूला आहे ह्याची परीक्षा सुरू झाली, पण तो उंदीर काही स्वस्थ बसत नव्हता, त्यामुळे कधी त्याचे तोंड उजवीकडे असायचे तर कधी तेच तोंड डावीकडे गेलेले असायचे. त्यामुळे त्याची मान पकडण्यासाठी ह्या माणसाची धडपड सुरू झाली. जशी ह्याची धडपड सुरू झाली तशी पिशवीतल्या उंदराचीसुद्धा धडपड वाढली. दहा-पंधरा मिनिटे अशी धडपड झाल्यानंतर त्या उंदराची मान ह्या माणसाच्या

हातात आली. आता त्याने हळूहळू पिशवीचे तोंड उघडायला सुरुवात केली. त्याच्या एका हातात उंदराची मान होती व दुसऱ्या हाताने तो पिशवीचे तोंड उघडत होता. उंदीर त्याचे चारही पाय जोरजोरात हलवत होता. त्या उंदराची मान पकडलेल्या अवस्थेतही सुटका करून घ्यायची प्रचंड धडपड सुरूच होती. कसंबसं त्या पिशवीचं तोंड उघडून उंदराचे तोंड दिसू लागले. पिशवीच्या बाहेरून उंदराची मान घट्ट पकडलेलीच होती. आता त्याने दुसऱ्या हातात मोठी कातरी घेतली व एका बाजूची मिशी कापण्यासाठी कातरीची दोन्ही पाती उंदराच्या तोंडाजवळ आणायला सुरुवात केली. जसजशी ती पाती उंदराच्या जवळ येत होती तसतशी उंदराची धडपड जास्त जोरात व्हायला लागली. उंदीर जिवाच्या आकांताने धडपड करीत होता, कारण त्याला माहीत नव्हते की हा सगळा प्रकार फक्त मिशी कापण्यासाठी होत आहे! त्याच्या धडपडीमुळे उलट ती कातर त्याला मधून मधून टोचत होती. उंदराला भीती जीव जाण्याची होती आणि त्या माणसाला भीती उंदीर

चावण्याची. दोघंही घाबरलेले. दोघेही स्वत:ला वाचवण्यासाठी धडपड करीत होते. शेवटी कशीबशी त्या माणसाने ती मिशी कापली व लगेच त्याची मान सोडून पिशवी पाण्यात उलटी केली. तो उंदीर मिशी कापल्याबरोबर पाण्यात पडला व तोही उंदीर तीन चार मिनिटेच पोहू शकला. हा सगळा प्रकार पाहून शास्त्रज्ञाच्या डोक्यात लखख प्रकाश पडला. तीन दिवसांची तीन मिनिटे का झाली याचं कारण त्याला मिळाले, पण त्याहूनही मोठे म्हणजे ह्या सगळ्या प्रकारातून त्याला एक

सिद्धांत मिळाला.

जेव्हा उंदराच्या मिश्या कापण्याची प्रक्रिया चालू होती तेव्हा तो प्रसंग उंदरासाठी जीवनमृत्यूचा झगडा होता. त्या मुक्या प्राण्याला अजिबात कल्पना नव्हती की हा माणूस फक्त आपल्या मिश्या कापणार आहे, त्यामुळे त्या अर्ध्या तासाच्या प्रक्रियेमध्ये त्याने जीवनाची आशा सोडून दिली होती. आता त्याच्याकडे जीवनातली फक्त निराशा होती. पाण्यात पोहत असताना तेथे बाकीची धडपड काहीच नव्हती. त्याला कोणत्याही प्राण्याने मानगुटीला पकडले नव्हते, त्यामुळे संथ पोहत राहून कधीतरी आपला जीव वाचेल अशी आशा होती, त्यामुळे बाहत्तर तास सतत अन्नाविना, झोपेविना, विश्रांतीविना तो उंदीर पोहू शकला, पण त्यातला आशेचा एकही किरण शिल्लक राहिला नसल्यामुळे बाहत्तर तासांची तीन मिनिटे झाली. जीवनात आशा असेल तर साधा उंदीरही बाहत्तर तास झुंज देऊ शकतो, पण तीच आशा नसली तर त्या बाहत्तर तासांची तीन मिनिटे होऊ शकतात.

त्या शास्त्रज्ञाने त्या उंदराला बाहेर काढल्यावर साध्या टेबलावर ठेवायला सांगितले. त्याला पिंजऱ्यात ठेवायची गरज नाही, कारण त्याच्या अंगात काहीही त्राण नाही. त्याने त्याच्या पाठीवरून मायेने हात फिरवला. त्याला दम खाऊ दिला. पाच मिनिटांनी तो थोडासा शांत झालेला दिसला, म्हणून परत पाण्यात टाकला. त्यानंतर तो पंधरा मिनिटे पोहला. परत त्याला बाहेर काढला व थोडी विश्रांती घेऊ दिली. मायेने हात फिरवला. थोड्या वेळाने परत टाकला, तो दोन तास पोहला, परत त्यानंतर बाहेर काढला, त्याला थोडे प्रेम दिले, विश्रांती घेऊ दिली, त्यामुळे त्यामधली आशा परत जागृत झाली, त्यानंतर पाण्यात टाकला व तो तीन दिवस पोहला. माणसाच्या जीवनात आशा असेल तर कठीण परिस्थितीत बराच काळ तग धरून बसणेही शक्य होते, पण निराशा असेल तर मात्र त्या कठीण परिस्थितीत माणूस कोलमडून जातो व त्याला वर उठता येत नाही.

हा सिद्धांत तुम्हाला अनेक ठिकाणी पाहायला किंवा अनुभवायला मिळेल. इतिहासात डोकवा, जी मंडळी आशावादी होती त्यांनी प्रतिकूल परिस्थितीतूनसुद्धा मार्ग काढलेला दिसेल. शिवाजी महाराजांचं उदाहरण पाहा. प्रचंड आशावादी होते म्हणूनच हातात काहीही नसतानासुद्धा विजापूर आणि मोगल ह्या दोन मोठ्या साम्राज्यांशी ते यशस्वी झुंज देऊ शकले. दुसऱ्या महायुद्धात जर्मनीमध्ये ज्यांच्या यातनातळात जी ज्यू मंडळी वाचली ती आशावादी होती. आठ-नऊ वर्षे त्यांनी प्रचंड प्रतिकूल परिस्थितीशी झुंज दिली. कोणाही यशस्वी माणसाचे उदाहरण घ्या. तुम्हाला ह्याच सिद्धांताची प्रचिती येईल.

तुम्ही तुमचे स्वत:चे आयुष्यही पाहा. जेव्हा जेव्हा कठीण परिस्थितीशी मुकाबला करून तुम्ही यशस्वी झाला असाल तेव्हा तुमच्याकडे आशेची शिदोरीच

असेल. जेव्हा जेव्हा अपघातातून तुम्ही वाचला असाल तेव्हा तेव्हा आशेच्या जोरावरच वाचणार. समजा, अपघात झालाच तर त्यातून लवकर बाहेर पडून गाडी रुळावर चटदिशी आलेली असेल तेव्हा आशेच्याच शिदोरीवर. जेव्हा जेव्हा आजारपणातून लवकर बाहेर पडून गाडी लवकर रुळावर आलेली असेल तेव्हा तेव्हा तुम्हाला आशावादच अनुभवायला मिळेल.

■

१०

कॉर्पोरेट जगात शिरताना

शालेय आणि महाविद्यालयीन शिक्षण झाल्यानंतर बहुतेकांचे पाय कॉर्पोरेट जगाकडे वळतात. तेथेच काहीजणांना नशीब आजमावून पाहायचे असते, पण सावधान! शाळा- कॉलेजातल्या यशासाठी लागणारी कौशल्यं, मानसिकता आणि कॉर्पोरेटमध्ये लागणारी कौशल्यं, मानसिकता ही पूर्णपणे वेगळी असतात. चला, पाहूया तुम्हाला नशीब आजमावण्याकरता काय काय तयारी करायला लागेल.

१. बाह्य व्यक्तिमत्त्व (Appearance) :

कॉर्पोरेटमध्ये तुम्ही इंटरव्ह्यूला या किंवा काम करायला या, सर्वप्रथम इतरांच्या डोळ्याला दिसणार ते तुमचे बाह्य व्यक्तिमत्त्व. तुमच्या यशाचा किंवा अपयशाचा श्रीगणेशा येथूनच सुरू होईल, त्यामुळे तुम्हाला जर येथे यशस्वी व्हायचे असेल तर तुम्ही त्या कॉर्पोरेटमध्ये जी राहणी मान्यताप्राप्त आहे तसे राहायला शिकले पाहिजे. अगदी टॉप टू बॉटम नीटनेटकं राहायला शिकलं पाहिजे. ज्या प्रकारचा पोषाख करायची जरुरी आहे त्या प्रकारचा पोषाख तुमच्या अंगावर दिसला पाहिजे. काही काही कॉर्पोरेटस्‌मध्ये टाय आवश्यक असत, मग तुम्हाला वैयक्तिकरीत्या टाय घालणे आवडते की नाही ह्याला महत्त्व नाही. तुम्ही टाय घालूनच दिसले पाहिजे, शिवाय टायसुद्धा अगदी टिपटॉप असला पाहिजे. याचा अर्थ तो साधा असला तरीही चालेल, पण त्याचा रंग, तुमच्या शर्टाचा रंग, पँटचा रंग हे सगळं एकमेकाला साजेसं झालं पाहिजे. बूट पॉलिश केलेलेच घातले पाहिजेत. त्यावर मोजेही साजेसे पाहिजेत. शर्ट सगळया बाजूंनी नीट खोचलेला असायला हवा. थोडक्यात काय, संपूर्ण पेहराव अगदी टिपटॉप असायला हवा. जे नियम मुलांना लागू तेच मुलींनाही लागू होतील.

२. संभाषण कौशल्य (Communication) :

बाह्य व्यक्तिमत्त्व पाहिल्यानंतर तुमचे अस्तित्व जाणवेल ते कानांमार्फत. तुम्ही कोणाशीतरी बोलणार, संभाषण करणार. माझ्या मते संभाषणचातुर्य हे खाद्यपदार्थातील मिठासारखे असते. आता तुमच्या ताटामधील पदार्थांमध्ये एखाद्या पदार्थात मीठ जास्त पडले तर साहजिकच तुम्ही तो पदार्थ बाजूला साराल, तसेच एखाद्या पदार्थात कमी टाकले असेल तरी तुम्ही तो बाजूला साराल आणि मिठाशिवाय अन्न शिजवून तुम्हाला वाढले तर तुमच्या कपाळावर निश्चितच आठ्या चढल्याशिवाय राहणार नाहीत. मीठ जास्त असून चालत नाही, तसेच कमी असूनसुद्धा चालत नाही आणि अजिबात नसून तर अजिबात चालत नाही. मिठामुळे पदार्थ चविष्ट होतो किंवा बेचवसुद्धा होतो. जसे मीठ तसेच संभाषण चातुर्य. जास्त बोलणारी माणसं बऱ्याचवेळा बाजूलाच सारली जातात, तसेच कमी बोलणारी माणसं दुर्लक्षित होतात आणि अजिबात न बोलणाऱ्या माणसांना कोणी खिजगणतीत धरत नाही. जी माणसं लक्षात राहतात, ती योग्य प्रमाणात संवाद साधणारी असतात, मग तो डॉक्टर असो की कामगार.

३. ज्ञान (Knowledge) :

बाह्य व्यक्तिमत्त्वाच्या गोष्टी झाल्यानंतर आता पाळी येणार ती तुमच्या आंतर व्यक्तिमत्त्वाची! कोणत्याही कॉर्पोरेटमध्ये मानसन्मान मिळतो तो ज्ञानाला. आता पहिल्याप्रथम ज्ञान म्हणजे शाळा कॉलेजमधल्या पदव्या नाहीत, तसे जर असते तर आज जी मंडळी यशाच्या शिखरावर बसलेली आहेत, त्यांपैकी प्रत्येकाकडे मोठ्या मोठ्या पदव्या असत्या, पण प्रत्यक्षात पाहिलं तर त्यांपैकी कित्येक लोकांना शाळेतून काढून टाकलेले आहे किंवा त्यांना शालेय शिक्षण पूर्ण करता आलं नाही किंवा काही मंडळी तर शाळेत गेलीच नाहीत. त्यांच्याकडे शाळा-कॉलेजमधल्या पदव्या नसल्या तरी रोजच्या अनुभवातून ही मंडळी एवढं काही शिकली आहेत की त्यापुढे काही लोकांच्या पदव्यासुद्धा अपुऱ्या पडतील. ज्या क्षेत्रात आपल्याला यश मिळवायचं आहे त्या क्षेत्राचं ज्ञान आपल्याकडे असलेच पाहिजे, म्हणूनच साधा मोटार मेकॅनिक मोटार कंपनीचा मालक झाल्याची उदाहरणे आहेत. त्याच्याकडे त्या क्षेत्राचं ज्ञान होतं, पण त्याच्याकडे त्या क्षेत्राची पदवी नव्हती, तो इंजिनिअर नव्हता, पण इंजिनिअरपेक्षा त्याच्याकडे जास्त शिक्षण होतं, म्हणूनच तो मोटार कंपनीचा मालक होऊ शकला.

४. कौशल्य (Skills) :

कौशल्य म्हणजे मिळालेल्या ज्ञानाचा व्यवहारात उपयोग करून घेण्याची

कला. नाहीतर नुसते शिक्षण आहे, पण व्यवहारात त्याचा उपयोगच करता येत नाही तर मग कॉर्पोरेटमध्ये कस्टमर सर्व्हिस कशी देणार? हे कौशल्य कोणत्याही शाळेत शिकवले जात नाही, त्याचा कुठेही क्लास नसतो, ते प्रत्येकाला शिकावे लागते, ते व्यवहारातच मिळते. कुणीही न शिकवता ते शिकावे लागते, कारण ते शिकवताच येत नाही- त्याला निरीक्षण लागते, त्याला आत्मपरीक्षण लागते, हे पुढाकार घेतल्याशिवाय येणार नाही.

५. जीवनविषयक दृष्टिकोन (Attitude) :

संशोधनाअंती असेही आढळून आले आहे की चांगले शिक्षण घेतलेली, तसेच अंगात अनेक प्रकारची कलाकौशल्ये असलेली पुष्कळ होतकरू मुले असतात. सगळ्यांना यश सारख्या प्रमाणात मिळत नाही. काहींना भरघोस मिळते तर काहींना जेमतेम मिळते. असे का होते ह्याचे संशोधन केल्यावर असे आढळून आले की बाह्य व्यक्तिमत्त्व, संभाषणचातुर्य, ज्ञान आणि कलाकौशल्याची पायरी पार केल्यावर महत्त्वाचा टप्पा येतो तो दृष्टिकोनाचा. ज्यांचे दृष्टिकोन प्रगल्भ होते, सकारात्मक होते अशाच मुलांना भरघोस यश मिळालेले होते. कुलूप उघडून घरफोडी करणाऱ्याकडे आणि कुलूप किल्लीच्या उत्पादनाचा उद्योग करणाऱ्याकडे सारखेच ज्ञान व कौशल्य असते, परंतु मूळ दृष्टिकोनात फरक असतो, त्यामुळेच त्यांना मिळणाऱ्या यशामध्येही फरक असतो. कुलूप किल्लीचा छोटासा उद्योग कालांतराने मोठा कारखाना होतो व घरफोडी करणारा एखादी चोरी पचवू शकतो, पण त्याच्या शेवटी तुरुंगातच वाऱ्या चालू राहतात. आपल्या आयुष्यात आपले दृष्टिकोन ज्या स्वरूपाचे असतात त्या स्वरूपाचेच आपल्याला यश मिळते.

प्रत्येकाला आपापल्या कुवतीप्रमाणे यश मिळते व प्रत्येकाला आपापल्या कुवतीप्रमाणेच पैसा मिळतो. कॉर्पोरेटमध्ये जर करिअर करून यश आणि पैसा मिळवायचा असेल तर सर्वप्रथम आपली कुवत वाढवायला हवी- हा विचारसुद्धा एक प्रकारचा दृष्टिकोनच आहे, पण ह्या दृष्टिकोनाला दूरगामी यश मिळते. यशाला कधीच शॉर्टकट नसतो. कठोर परिश्रमास पर्याय नाही. परिश्रम करून आपली कुवत वाढवायची, यश आपोआप मिळेल. निर्णय घेण्याची क्षमता, माणसे जोडण्याची क्षमता, चांगलं आणि वाइटाची पारख करण्याची क्षमता, योजनापूर्वक काम करण्याची क्षमता, नेतृत्व करण्याची क्षमता, हुकूम घेण्याची क्षमता आणि हुकूम देण्याची क्षमता वाढल्याशिवाय यश मिळणार नाही. ह्या सगळ्या गोष्टींमध्ये पुढाकार घेण्याची तयारी दाखवली तर कॉर्पोरेटमध्ये कोणीही तुम्हाला अडवू शकणार नाही. पुढाकार घ्या आणि यशस्वी व्हा.

११

आजचे ससा आणि कासव

ससा आणि कासवाची गोष्ट सगळ्यांनाच माहीत आहे. एकदा एका लबाड सशाने कासवाशी धावण्याची शर्यत लावली. गरीब बिच्चारे कासवही त्या शर्यतीला तयार झाले. सशाला आपल्या जिंकण्याची खात्रीच होती. शर्यत सुरू झाल्यावर कासव अतिशय धीम्या गतीने धावू लागले. ससा जोरात धावत पुढे गेला. बरेच अंतर पुढे गेल्यावर त्याने मागे बघितले. कासव बिचारे खूपच मागे होते. सशाने विचार केला की आपण जिंकणार तर आहोतच, मग उगाचच घाई काय करायची आहे? कासवाला जवळ पोहोचायला अजून बराच अवकाश आहे, तोपर्यंत थोडी विश्रांती घेऊया. कासव जवळ आले की मग परत जोरात धावून आपण त्याला हरवूया, असा विचार करून ससा जवळच्याच झाडाखाली बसला. त्याचा कधी डोळा लागला हे त्यालाच समजलं नाही. कासव मजल दर मजल करीत हळूहळू सशाच्या जवळ पोहोचले. ससा गाढ झोपलेला होता. शांतपणे कासवाने सशाला मागे टाकले. कासव शेवटाला पोहोचले तेव्हा सशाला जाग आली. तो लगबगीने परत धावू लागला, पण तोपर्यंत कासवाने शर्यत जिंकलेली होती.

तात्पर्य

धीम्या गतीने का होईना, पण आपल्या लक्ष्यावर सतत कार्यरत राहिले तर आपण आपल्यापेक्षा बलाढ्य प्रतिस्पर्ध्यालासुद्धा हरवू शकतो.

पण गोष्ट इथेच संपत नाही. सशाचे आई-वडील त्याला सल्ला देतात- 'अपयशाने खचून जाऊ नकोस. आयुष्यात यश मिळवायचे असेल तर संजीव परळीकरांकडे जा. ते सगळ्यांना यशाचा फॉर्म्यूला सांगतात. ते तुलाही सांगतील. त्यांच्याकडून व्यक्तिमत्त्व विकासाचे धडे घे. तूही यशस्वी होशील.' ससा संजीव

परळीकरांकडे येतो- ते त्याला कानमंत्र देतात. ससा अतिशय खूश होतो. नव्या जोमाने कामाला लागतो व कासवाशी परत पैज लावतो. कासवाचा आत्मविश्वास दुप्पट झालेला असतो, त्यामुळे कासव लगेच शर्यतीला तयार होते. शर्यत सुरू होते. ससा जोरात पळतो. कासवाला वाटते की हा पुढे जाऊन झोपणार, पण काय आश्चर्य! ससा धावतच राहतो. वाटेत कुठेही लक्ष विचलित होऊ देत नाही. कासव किती मागे राहिले आहे हे बघतही नाही. थोड्याच वेळात तो शेवटाला पोहोचतो व शर्यत जिंकतो.

तात्पर्य

जलद गतीने आणि कुठेही विचलित न होता लक्ष्यावर कार्यरत राहिले तर आपण प्रतिस्पर्ध्याला सहज हरवू शकतो.

पण गोष्ट इथेच संपत नाही. कासवाला कुठूनतरी बातमी लागते की सशाला संजीव परळीकरांनी यशाचा कानमंत्र दिला होता म्हणून ससा जिंकला. झालं! कासवही गुपचूप संजीव परळीकरांना येऊन भेटते. परळीकर त्यालाही कानमंत्र देतात. कासव खूश होते. दुसऱ्याच दिवशी कासव सशापुढे दंड ठोकून उभे राहून शर्यतीचे आव्हान देते. ससाही मोठ्या आत्मविश्वासाने ते आव्हान स्वीकारतो. कासव त्याला सावधतेचा इशारा देऊन म्हणते, की 'हे पाहा, शर्यतीची जागा थोडीशी बदलण्यात आलेली आहे. तुला जागा पाहायची आहे काय?' त्यावर ससा फुशारकीने म्हणतो, की 'मला काही गरज नाही. तुला कसे हरवायचे ते मला आता चांगले कळलेले आहे.' ससा म्हणतो, की 'ठीक आहे. मग उद्या सकाळी शर्यतीच्या जागेवर भेटू.'

सकाळ होते व ससा शर्यतीच्या बदललेल्या जागेवर येतो. कासव तेथे तयारच असते. शर्यत सुरू होते. सशाला एकच गोष्ट माहीत असते की जलद गतीने कार्यरत राहायचे म्हणजे या कासवावर सहजपणे मात करता येते, त्यामुळे तो ताबडतोब शर्यत सुरू करतो व जोरात धावू लागतो. थोडयाच वेळात शर्यतीचा रस्ता नदीकाठी येतो. नदीपर्यंतचा रस्ता म्हणजे अर्धी शर्यत. आता पुढचा अर्धा रस्ता म्हणजे नदी पार करून पलीकडे जायचे. सशाला आश्चर्याचा धक्का बसतो. तो अर्धा रस्ता अगदी शिताफीने पार करून आलेला असतो, पण आता अर्धा रस्ता म्हणजे नदी कशी काय पार करायची? तो नदीच्या काठावर बसून राहतो. काही वेळाने कासव नदीच्या काठी पोहोचते. सशाला तेथे पाहून ते मिश्कीलपणे हसते व नदीमध्ये सूर मारते. बघता बघता कासव नदीच्या पलीकडे पोहोचते व कासव शर्यत जिंकते.

तात्पर्य

स्वतःची मूलभूत बलस्थानं ओळखून त्यावर कार्यरत राहिले तर प्रतिस्पर्ध्याला आश्चर्यचकीत करून त्यावर मात करण्याचा मार्ग मिळतो.

पण गोष्ट इथेच संपत नाही. शर्यतीचे पंच हरकतीचा मुद्दा उपस्थित करतात. त्यांचे म्हणणे असते की जरी कासवाने नदी पार केली व शेवटापर्यंत पोहोचला तरी त्याने वेळ खूप घेतला. ही शर्यत ठरावीक वेळात पूर्ण करेल तोच जिंकेल, त्यामुळे आपण ही शर्यत परत घेऊ.

दुसऱ्या दिवशी शर्यत परत सुरू करायची होती. ह्या शर्यतीचे नियम वेगळे होते. जो कोणी ठरावीक वेळात पूर्ण करेल तोच विजेता. जो ठरावीक वेळेत पूर्ण करणार नाही तो शर्यतीतून बाहेर जाईल. हा नियम ऐकल्यावर ससा आणि कासव कोणीही पळत नाही. दोघांनाही कळून चुकतं की, ही शर्यत कोणीही जिंकू शकत नाही. ससा जरी जमिनीवर जोरात पळतो तरी तो शर्यत पूर्ण करू शकत नाही, कारण त्याला नदी पार करता येत नाही आणि कासव जरी नदी पार करू शकते तरी त्याला जमिनीवर जलद गतीने चालता येत नाही, त्यामुळे तोही शर्यतीच्या बाहेर जाणार. शेवटी ते दोघेही एक शक्कल लढवतात. सशाचे मूलभूत बलस्थान जमिनीवर आहे व कासवाचे मूलभूत बलस्थान पाण्यामध्ये. दोघे दोस्तीचा करार करतात. शर्यत सुरू झाल्याबरोबर कासव सशाच्या पाठीवर बसते. ते लगेच नदीकाठी पोहोचतात. तेथे आपापल्या जागा बदलल्या जातात. कासव पाण्यात उतरते व सशाला पाठीवर घेते. काही क्षणांतच ते नदी पार करतात. अशा तऱ्हेने ते दोघेही जिंकतात.

तात्पर्य

प्रत्येक ठिकाणी स्पर्धा करून काही उपयोग नाही. जीवनात सहकार्याला मोठे स्थान आहे; विशेषत: आजच्या युगात प्रत्येकजण स्पर्धा करताना दिसतो, पण जिथे स्पर्धा केली तर आपलंच नुकसान आहे अशा ठिकाणी सहकार्याचाच जास्त फायदा होतो. जिथे आपल्या बलस्थानांचाही उपयोग नाही तिथे सहकार्याशिवाय पर्याय नसतो.

■

१२

इंग्लंडमधील बॉबी

इंग्लंडमध्ये पोलिसाला बॉबी म्हणतात, तर ही एका बॉबीची गोष्ट आहे. तसं म्हटलं तर ह्या गोष्टीतला हिरो म्हणजे बॉबी नाही, पण बॉबी ह्या गोष्टीतील एक महत्त्वाचे पात्र आहे. त्याच्यामध्ये झालेल्या परिवर्तनामुळे ह्या गोष्टीतील तात्पर्य समजते. आता जास्त पाल्हाळ न लावता आपण गोष्टीला सुरुवात करूया.

इंग्लंडमधील एका शहरात काही ना काही कारणावरून आत्महत्या होत आहेत असे आढळून येते, शिवाय ह्या आत्महत्या एकाच ठिकाणी झालेल्या असतात- म्हणजे शहरापासून थोड्याच अंतरावर एक टेकडी असते. आत्महत्या करणारी मंडळी ह्या टेकडीवर जातात व टेकडीच्या पलीकडच्या दरीत उडी घेतात. जसे आत्महत्येचे प्रमाण वाढते तसे सर्व प्रसारमाध्यमे ह्या घटनांची दखल घेतात. वर्तमानपत्रातून ह्या विषयावर रकाने भरले जातात. टेलीव्हीजनवर त्या टेकडीचे चित्रसुद्धा दाखवतात. सरकारने ह्यासाठी काहीतरी करायला पाहिजे अशी टीकेची झोडसुद्धा उठते.

आता प्रशासनाला जाग येते आणि ह्याविषयी काय करता येईल असा विचार करणे सुरू होते, मग आत्महत्येच्या जागी एक पोलीस चौकी उभारली जाते व तेथे बॉबीची नेमणूक करण्यात येते. ह्या जागेत तीनही शिफ्टस्मध्ये एक बॉबी ठेवला जातो. बॉबीची जबाबदारी एवढीच की त्या विभागावर नजर ठेवायची. तिथे कोणी आत्महत्या करायला आले तर त्यांना थांबवून आत्महत्येपासून परावृत्त करायचे. तेव्हापासून त्या शहरात आत्महत्येच्या प्रमाणात लक्षणीय होते.

पण एक दिवस एक माणूस आत्महत्येच्या इराद्याने त्या टेकडीवर येतो. इकडे तिकडे फिरत असताना हळूच बॉबीची नजर चुकवून तो दरीच्या दिशेने जातो. तेथून उडी घेणार एवढ्यात बॉबीचे लक्ष जाते. बॉबी लगेच त्याला दरडावतो आणि

थांबायचा हुकूम सोडतो. आता जो माणूस आपले आयुष्य संपवायसाठी आलेला आहे, शिवाय तो आपल्या इराद्यापासून काही क्षणाच्या अंतरावरच आहे, अशा माणसाने कोणाचे कशाला ऐकायला पाहिजे? पण पोलिसाच्या गणवेशातून आलेला दरडावण्याच्या स्वरातला हुकूम कोणालाही ऐकायला भाग पाडतो. गणवेशात एवढी ताकद असते.

तो माणूसही वरील नियमाला अपवाद राहत नाही. आपलं आयुष्य संपवायचा आपला निर्णय काही क्षणात पूर्ण होणार असे असतानाही तो माणूस बॉबीच्या हुकमाने थांबतो. बॉबी त्याला टेकडीच्या कड्यापासून लांब नेतो. आपल्या चौकीत बसायला सांगतो. त्यानंतर त्या दोघांचे संभाषण सुरू होते. बॉबी त्याला विचारतो, की 'हे कृत्य तू कशासाठी करत आहेस?'

तो माणूस आपली कर्मकहाणी सांगायला सुरुवात करतो. त्याच्यावर किती ठिकाणी अन्याय झाला होता, कितीजणांनी त्याचा विश्वासघात केला होता, सगळे लोक कसा त्याचा गैरफायदा घेताहेत वगैरे वगैरे तो सांगू लागतो. दोन-तीन तास होऊन गेले तरी त्याची दु:खभरी कहाणी सांगणं चालूच असतं. ती कहाणी इतकी करुण असते की बॉबीच्याही डोळ्यात नुसतेच पाणी उभे राहत नाही, तर तो

अक्षरशः ओक्साबोक्शी रडू लागतो. त्याचे कहाणी सांगणे चालूच असते. 'हे जग इतक्या वाईट माणसांनी भरलेलं आहे की ह्या जगात आता काही राम राहिलेला नाही, सगळीकडे लाचखोरी, खून, मारामाऱ्या, विश्वासघात वगैरे वगैरे आहे. ह्या लोकांबरोबर जगण्यात काही अर्थ नाही. त्यापेक्षा आपण दुसऱ्या जन्मात चांगल्या

ठिकाणी जगून आपले जीवन अर्थपूर्ण करू अशा विचाराने प्रेरित होऊन आपण आत्महत्या करायला आलेलो आहोत.' ही कहाणी बॉबीलाही पटते. तीनएक तासानंतर ही कहाणी संपते व शेवटी त्या माणसाबरोबर तो बॉबीही आत्महत्या करतो.

तात्पर्य

संभाषण आणि वाटाघाटी ह्यामध्ये अशी जादू आहे की तुम्ही एखाद्याला जीवन संपवायलाही प्रेरित करू शकता, खून करायला प्रवृत्त करू शकता, संप करायला प्रवृत्त करू शकता, तसेच चांगल्या कामासाठीसुद्धा प्रवृत्त करू शकता. नातेसंबंध सुधारण्यासाठी प्रेरित करू शकता, दानधर्मासाठी, कायदासुव्यवस्थेसाठी, स्वच्छतेसाठी, शिक्षणासाठी, काम करण्यासाठी, इतरांचे जीवनमान सुधारण्यासाठीसुद्धा प्रवृत्त करू शकता.

१३

कॉर्पोरेट जगातील नियम

घार एका उंच झाडावर बसून विश्रांती घेत असते. झाडाखाली एक ससा आपले अन्न जमवण्यात व्यस्त असतो. बराच वेळ काम करून तो थोडे अन्न जमवतो. त्याचे त्या घारीकडे लक्ष जाते. ती आपली शांतपणे झाडाच्या शेंड्यावर बसलेली असते. ससा विचार करतो जर घार काहीही काम न करता नुसती बसू शकते तर मी का नाही बसू शकत? मी पण बसणार! तो एका झाडाखाली शांत बसून राहतो. थोड्याच वेळात तेथून एक कोल्हा जात असतो. त्याला ससा दिसतो. क्षणार्धात तो त्या सशावर हल्ला चढवतो व त्याला खाऊन टाकतो.

तात्पर्य

कॉर्पोरेट जगात काहीही काम न करता तुम्हाला शांत बसायचे असेल तर तुम्हाला उंच शिखरावरच जायला लागते. तळागाळात तुम्ही काहीही न करता बसलात तर तेथील कोल्हे तुम्हाला खाऊन टाकतील.

एकदा एक पक्षी स्वच्छंदपणे हवेत उडत असतो. उडता उडता तो स्थलांतर करतो व अतिशय थंड हवेच्या ठिकाणी पोहोचतो. तेथील थंड वाऱ्यामुळे तो गोठून जातो व जमिनीवर पडतो. थोडया वेळाने तेथून एक गाय जात असते. जाता जाता ती आपले शेण टाकते. ते शेण त्या पक्ष्यावर पडते. तो शेणाखाली झाकला जातो, पण ते शेण उबदार असते. शेणाची ऊब मिळाल्यावर त्याला छान वाटते. त्याच्या अंगात आनंदाची ऊर्जा संचारते व तो गाऊ लागतो. त्याच वेळी योगायोगाने तेथून एक मांजर जात असते. त्याला त्या पक्ष्याच्या गाण्याचा आवाज ऐकू येतो. आवाजाचा वेध घेत ती शेणाजवळ येते. शेण बाजूला करून ती त्या पक्ष्याला बाहेर काढते व खाऊन टाकते.

तात्पर्य

कॉर्पोरेट जगात स्वच्छंदीपणे उडायचे असेल तर भविष्याचा वेध घेतलाच पाहिजे, नाहीतर लवकरच गारठून जायची भीती असते.

कॉर्पोरेट जगात तुमच्या अंगावर शेण टाकणारे लोकसुद्धा असतात, पण सगळेच शेण फेकणारे तुमचे शत्रू नसतात.

कॉर्पोरेट जगात तुमच्या अंगावरचे शेण काढून तुम्हाला स्वच्छ करणारेसुद्धा आढळतील, पण तसे करणारे सगळे तुमचे मित्रच असतील अशी खात्री बाळगू नका.

कॉर्पोरेट जगात तुम्ही शेणात बुडालेले असाल तर तोंड बंद ठेवा.

एकदा एक कोंबडी एका गायीशी गप्पा मारत असते. ती म्हणते, 'मला उंच उडायचे आहे, पण माझ्या पंखात तेवढी ताकद नाही. मी काय करू?' गाय म्हणते, 'तुला शक्ती पाहिजे असेल तर माझ्याकडे एक युक्ती आहे.' कोंबडी लगेच म्हणते, की 'लवकर मला सांग.' गाय तिला युक्ती सांगते, 'हे बघ, माझे शेण खूप औषधी आहे. त्यात बरीच जीवनावश्यक सत्त्वे आहेत. तू रोज थोडंथोडं शेण खा आणि बघ तुला ताकद येते की नाही!'

कोंबडी लगेच शेण खाऊ लागते. थोड्याच दिवसांत तिला थोडी ताकद येते व ती एका फांदीपर्यंत उडू शकते. काही दिवसांत तिला शेण खाऊन बरीच ताकद येते व ती चार पाच फांद्या वर जाऊ शकते. एक दिवस ती थोड्या उंच फांदीवर बसलेली असते. शिकाऱ्याला ती कोंबडी दिसते. त्यालाही आश्चर्य वाटते की

कोंबडी एवढ्या उंच कशी काय गेली? नक्कीच ही कोंबडी चविष्ट असेल. तो लगेच आपली बंदूक काढतो व तिला मारून टाकतो.

तात्पर्य

कॉर्पोरेट जगात शेण खाऊन थोडं यश मिळू शकेलही, पण ते काही स्थैर्याची खात्री देऊ शकत नाही.

■

१४

याला जीवन ऐसे नाव

एका गावात एक गरीब शेतकरी राहत असतो. गावापासून काही अंतरावर जंगलात त्याची थोडी जमीन असते- त्यावर शेती करून तो त्याच्या कुटुंबाचं पोट भरत असतो. त्याला एक तरुण मुलगा असतो. तोही आपल्या बापाला शेतीच्या कामात मदत करीत असतो. एकदा मुलगा शेतावर जात असतो व त्यावेळी त्याच्या आयुष्यात एक विचित्र घटना घडते.

शेतावर जाताना थोडी वाट वाकडी करून तो नदीवर जातो. थोडं पोहून मग शेतावर जाऊया असे त्याला वाटते. नदीच्या जवळ एका मोठ्या जाळ्यात वाघ अडकलेला तो पाहतो. ह्या वाघाच्या उपद्रवापासून सुटका करून घेण्यासाठी गावकऱ्यांनीच सापळा रचलेला असतो. वाघ अगदी रडकुंडीला आलेला असतो. वाघाची आणि त्या मुलाची नजरानजर होते. वाघ अगदी काकुळतीला येऊन त्या मुलाला जाळ्यातून सोडवण्याची विनंती करतो. मुलगा म्हणतो, की 'मी कशाला सोडवू? तुझा गावाला उपद्रव आहे, शिवाय मी जर तुला सोडवलं तर तू मलाच खाऊन टाकशील.' वाघ त्याला म्हणतो की, 'अरे! तू जर मला सोडवलंस तर मी काही तुला खाणार नाही. मी तुला कशाला खाऊ? आता मला माझ्या वागण्याचा पश्चात्ताप होतो आहे. मी गावापासून दूर जाईन, मग कोणालाच माझा उपद्रव होणार नाही. मला प्रायश्चित्त करायला तर संधी दे.' मुलाला त्या वाघाची दया येते. तो परत त्याच्याकडून वचन घेतो. वाघही त्याला वचन देतो की 'तो त्याला खाणार नाही आणि प्रायश्चित्त करायला गावापासून दूर दाट जंगलात निघून जाईल.'

त्या मुलाचा ह्यावर पूर्ण विश्वास बसतो व तो वाघाचे जाळे कापायला सुरुवात करतो. तो इतका भोळा असतो की जाळे कापताना शेपटीपासून सुरुवात करायच्या ऐवजी तोंडापासूनच सुरुवात करतो, त्यामुळे दोन मिनिटांतच वाघाचं संपूर्ण तोंड बाहेर येतं. त्यामुळे वाघाला वाटतं की आपण मोकळे झालो. तो ताबडतोब त्या

मुलावर हल्ला करतो. मुलगा आश्चर्यचकीत होतो. तो म्हणतो की, हा तर विश्वासघात आहे. त्यावर वाघ त्याला म्हणतो की, 'कसला विश्वासघात? जग असंच असतं. यालाच जीवन ऐसे नाव.'

मुलगा म्हणतो, 'शक्यच नाही. अरे! परोपकार, नि:स्वार्थ, प्रेम, जगा आणि जगू द्या म्हणजे जीवन.'

वाघ म्हणतो, 'ते काही मला माहीत नाही. आमच्या दुनियेत संधी मिळेल तिथे हल्ला करा व खा हाच नियम. यालाच जीवन म्हणतात. तू कोणालाही विचार.'

तेवढ्यात मुलाला तिकडून चित्ता जाताना दिसतो. तो त्याला झाल्या प्रसंगाची कथा सांगतो व विचारतो की यालाच जीवन म्हणतात काय? त्यावर चित्ता म्हणतो की, 'होय! ह्यालाच जीवन म्हणतात. मी शिकारीकरता मेहनत करतो. दहा वेळा पाठलाग करून एकदाची शिकार पकडली जाते, पण जेव्हा शिकार हातात येते तेव्हा मी इतका दमलेला असतो की माझ्यासमोर माझी शिकार कोल्हे, हाईना, गिधाडे नेतात व मला काहीही करता येत नाही. ह्यांना स्वत:ला शिकार करता येत तर नाहीच, पण माझी दयासुद्धा येत नाही. ह्यालाच जीवन म्हणतात.'

'झालं का तुझं समाधान?' असं वाघ मुलाला विचारतो. मुलगा त्याला म्हणतो, 'मला पटत नाही. मी आणखी कुणालातरी विचारतो.' वाघ त्याला झाडावर बसलेली घार दाखवतो. तिला विचारायला सांगतो. मुलगा घारीला सांगू लागतो तशी घार म्हणते, 'मी झाडावरून सगळं बघितलं आहे आणि यालाच जीवन म्हणतात. मी माझं घरटं उंच झाडावर करते. त्या घरट्यामध्ये माझी अंडी असतात. मी जेव्हा बाहेर जाते तेव्हा साप येऊन माझी अंडी खातो व माझ्या

चिमुकल्या पिल्लांनाही सोडत नाही. माझ्या छोट्या पिल्लांना खाताना त्याला माझी दया येत नाही. हे सगळं जग असंच आहे. ह्यालाच जीवन म्हणतात.'

मुलाची पंचाईत होते. तो तरीही म्हणतो, 'हे खरं नाही, मला पटत नाही.' तेवढ्यात त्याला एक कुत्रा दिसतो. तो कुत्र्याला बोलावतो व त्याला झालेला प्रकार सांगतो व विचारतो की 'ह्यालाच जीवन म्हणतात काय?' तर कुत्रा म्हणतो, की 'मुळीच नाही. जग तर सगळं प्रेमावर अवलंबून आहे.' तो वाघाला म्हणतो, की 'तुझे जे काही म्हणणे आहे ते मला पटवून दे. आपण चर्चा करू.' वाघ म्हणतो, 'ठीक आहे! आपण चर्चा करू. मी तुला पटवून देतो की जग हे असंच आहे.' तो थोडा वेळ मुलाला बाजूला ठेवतो व त्याची व कुत्र्याची चर्चा सुरू होते. काही क्षणातच चर्चेमध्ये वाघ गुंततो व कुत्रा मुलाला म्हणतो की अरे वेड्या वाघाचं फक्त तोंडच जाळ्याच्या बाहेर आहे, बाकीचा पूर्ण भाग जाळ्यातच आहे. तू पळ आणि बाजूला हो. मुलाच्याही ते लक्षात येतं व तो त्याच्या पकडीच्या बाहेर जातो. वाघाला लगेच कळतं की ह्या कुत्र्याने आपल्याला फसवलं. तो चवताळतो व त्याच्या तोंडून शब्द निघतात की, 'हा तर विश्वासघात आहे. तू मला फसवलंस.' कुत्रा म्हणतो, 'होय! ह्यालाच जीवन ऐसे नाव.'

आता कुत्रा मुलाला म्हणतो, 'हे पाहा! ह्याचं तोंड जाळ्याच्या बाहेर आहे हे धोकादायक आहे. तू गावात जा व तुझ्या मित्रांना घेऊन ये व ह्याला मारून टाक. तोपर्यंत मी ह्याच्यावर लक्ष ठेवतो, नाहीतर हा काहीतरी दगाफटका करण्याचा संभव आहे.'

मुलगा गावात जातो व गावकऱ्यांना सांगतो. आठ-दहा गावकरी लगेच त्याच्याबरोबर येतात. एकाने तर बंदूकही घेतलेली असते. बाकीच्यांकडे नेहमीची हत्यारे म्हणजे चाकू, तलवारी वगैरे असतात. मुलगा सगळ्या गावकऱ्यांना घेऊन येत असतो. वाघ जाळ्यातून सुटायची धडपड करीत असतो. त्या धडपडीत तो मूळच्या जागेपासून बराच लांब जातो, पण कुत्रा झुडपात राहून त्याच्यावर लक्ष ठेवून असतो. मुलगा गावकऱ्यांना घेऊन येतो, पण वाघ त्या जागेवर नसतो. सगळे इकडे तिकडे शोधू लागतात. कुत्र्याचं जेव्हा गावकऱ्यांकडे लक्ष जातं तसा तो त्यांना वाघाची जागा दाखवण्याकरता झुडपातून उडी मारून बाहेर येतो व त्या लोकांच्या दिशेने झेप घेतो. गावकऱ्यांना वाटते की हा कुत्रा हल्ला करण्याकरता येतो आहे. एका गावकऱ्याच्या हातात बंदूक असतेच. नेम धरला जातो, चाप ओढला जातो व कुत्र्याला गोळी लागते व तो जागीच ठार होतो. हे सगळं इतक्या क्षणार्धात होतं की मुलगा काहीही करू शकत नाही. मुलाला खूप वाईट वाटते. तिकडे वाघ धडपड करून जाळ्यातून स्वतःची सुटका करून घेतो. त्याने बंदुकीचा बार ऐकलेलाच असतो. तो लगेच जंगलात पळून जातो. कुत्र्याचा देह गतप्राण

होऊन पडलेला असतो. मुलगा त्याच्याकडे पाहून अतिशय दु:खी होतो. तेवढ्यात झाडावरची घार त्याला म्हणते, 'यालाच जीवन ऐसे नाव!'

तात्पर्य

जीवन हे अद्भुत आहे. ह्यामध्ये चांगलं आहे, वाईट आहे, न्याय आहे, अन्यायसुद्धा आहे. हे सगळं ह्या विश्वेश्वराचेच रूप आहे. बरेवाईट प्रसंग प्रत्येकावर येतच असतात. ते जसे वाघावर आले तसेच कुत्र्यावरही आले आणि तसेच ते माणसावरही येणार. ह्यातून कोणाचीही सुटका नाही. क्वचित ते कोणाच्या नजरचुकीमुळे येतील किंवा चक्क गैरसमजामुळे येतील. तसे जर झाले तर आर्थिक नुकसानीपासून ते अगदी अब्रू नुकसानीपर्यंत किंवा आजारपणापासून ते अगदी जिवावर बेतण्यापर्यंत काहीही होऊ शकते. अशा प्रसंगांसाठी नियती कोणाचीही निवड करू शकते, अगदी तुमचीसुद्धा. मग तुम्ही किती प्रामाणिक आहात, किती चांगले आहात ह्याचा संबंध नाही. आजपर्यंत वाईट प्रसंगासाठी तुमची निवड झालेली नसेल तर चांगलेच आहे, पण यदाकदाचित तुमचा काहीही दोष नसताना काही प्रसंगांत जर तुमचा नाहक बळी गेला असे तुम्हाला वाटत असेल तर नुसतेच हताश होऊन बसण्यापेक्षा, 'ह्यालाच जीवन ऐसे नाव' असे म्हणायचे आणि मानसिक धक्क्यातून बाहेर पडायचे व पुढची वाटचाल चालू ठेवायची.

आणखी एक गोष्ट लक्षात ठेवायची, जे कमजोर असतात, त्यांचा बळी जातो. जंगलात वाघ, सिंह कमजोर प्राण्यांनाच आपल लक्ष्य करतात. कमजोर

प्राण्यांनाच बळी द्यायचे असते असा नियमच आहे. 'ह्यालाच जीवन ऐसे नाव.' त्यामुळे आयुष्यात कमजोर व्हायचे नाही. न्यूनगंड हे कमजोरपणाचे लक्षण आहे व आत्मविश्वास हे शक्तीचे लक्षण आहे. न्यूनगंडाला कोणीही बळी जाऊ शकतो, पण आत्मविश्वासपूर्वक व्यक्तीचा बळी द्यायचा असेल तर दुप्पट आत्मविश्वास लागतो. 'ह्यालाच जीवन ऐसे नाव.' त्यामुळे कधीही आपले व्यक्तिमत्त्व कमजोर न ठेवता आत्मविश्वासपूर्ण ठेवायचे. असे केले नाही तर वाघ-सिंह तर सोडाच, पण कावळेही टोचून खातात.

'ह्यालाच जीवन ऐसे नाव.'

१५

सारांश

वरील गोष्टी माझ्या आयुष्यात वेगवेगळ्या वयात आल्या. काही गोष्टी कॉलेजमधल्या सरांनी सांगितल्या, तर काही मी माझ्या कॉर्पोरेट जगातल्या आयुष्यात वेगवेगळ्या वक्त्यांच्या तोंडून ऐकल्या. ह्यातील बहुतेक गोष्टी ऐकून किंवा वाचून निदान पंधरा ते वीस वर्षं तरी झालेली आहेत. ज्या क्षणी ऐकल्या, त्या क्षणापासून त्या माझ्या मनात ठाण मांडून बसल्या. ह्या गोष्टींमुळे माझा जीवनाकडे बघण्याचा दृष्टिकोनच बदलला, माझ्या कामाकडे बघण्याचा दृष्टिकोन बदलला, माझ्या चुकांकडे बघण्याचा दृष्टिकोन बदलला, माझ्या वागण्याकडे बघण्याचा दृष्टिकोन बदलला. माझी बहुतेक प्रगती त्यामुळेच झाली.

ह्या गोष्टी आहेत खूप छोट्या, पण ह्यात जीवनाचे सार आहे. कॉर्पोरेट जगात असताना एकदा एका वक्त्याला बोलताना मी ऐकलं की आपल्या यशात आणि समृद्धीमध्ये महाविद्यालयीन शिक्षणाचा फक्त पंधरा टक्के वाटा असतो व बाकीचा पंच्याऐंशी टक्के वाटा आपल्या दृष्टिकोनाचा आणि कौशल्याचा असतो. 'कॉर्पोरेट जगात शिरताना' ह्या लेखात या नियमांबद्दल लिहिले आहे. मला तर आश्चर्यच वाटले. माझा समज होता की कॉर्पोरेट जगात यशाच्या पायऱ्या चढायच्या असतील तर मोठ्या मोठ्या डिग्र्या लागतात, उच्च शिक्षण लागतं, खूप शिकावं लागतं. मी वक्त्याला माझ्या शंकेबद्दल विचारले. ते म्हणाले की, 'यशासाठी शिक्षण नाही लागत, पण ज्ञान मात्र लागते.' मी तर आणखीनच गोंधळून गेलो. शिक्षण लागत नाही, पण ज्ञान लागतं, ह्याचा मला अर्थच कळला नाही; पण आता मोठा माणूस बोलतो आहे म्हणजे निश्चितच त्याला काहीतरी अर्थ असणार असे मला वाटले, म्हणूनच मी खरं मानून त्याच्यावर प्रयोग करायचं ठरवलं- म्हणजे त्या वक्त्याच्या बोलण्याचा पडताळा पण होईल आणि त्यांचं म्हणणं खरं असेल तर माझी प्रगतीसुद्धा होईल.

आजपर्यंत मी फक्त शिक्षणाकडे पाहिलं होतं, आता कौशल्ये सुधारू असा विचार केला, पण पंचाईत अशी आली की कौशल्य म्हणजे ज्ञान- व्यवहारात वापरण्याची कला. म्हणजे परत शिक्षणाकडेच वळायची वेळ येणार असे वाटले, पण ते काही खरं नव्हतं. जर मला माझी कौशल्ये सुधारायची असतील तर मला तो विषय संपूर्ण समजलेला असणे आवश्यक आहे. हळूहळू मला ज्ञान आणि शिक्षण ह्यांमध्ये फरक आहे हे जाणवू लागले. घोकंपट्टी करून विषयात पास होता येतं व शिक्षण मिळवता येतं, पण ज्ञान घोकंपट्टीने मिळत नाही. ज्ञानासाठी त्या विषयावर चिंतन करायला लागतं. त्यावर विचार करायला लागतो. त्या विषयावर श्रवण करायला लागतं. तो विषय समजून घ्यायला लागतो. तेव्हा कुठे ज्ञान मिळते. आता यशासाठी असे ज्ञान लागणार असेल तर घोकंपट्टी करून मिळवलेल्या पदव्या कशा बरं उपयोगी पडतील? त्या व्यक्त्याच्या एकेका वाक्याची उकल होत होती.

बरं! आता पुढचा मुद्दा. नुसता विषय समजून चालत नाही तर ते ज्ञान व्यवहारात कसे वापरता येईल ह्याचा अभ्यास करावा लागतो, ह्यामुळेच ज्ञान हे फक्त पुस्तकी न राहता त्याला व्यावहारिकतेची जोड मिळते. कधीकधी आपण त्याला व्यवहारज्ञान असेसुद्धा संबोधतो. त्या सुमारास कॉर्पोरेटमध्ये माझ्यापुढे एक मोठा प्रॉब्लेम होता. माझ्या हाताखाली त्यावेळी काही कामगार होते. त्यांच्या उत्पादकतेची संपूर्ण जबाबदारी माझ्याकडे होती. एकेकाळी मीसुद्धा त्यांच्यातलाच एक कामगार होतो, पण मी आता कॉमर्सचा पदवीधर होतो, शिवाय पर्सोनल मॅनेजमेंटचे शिक्षण घेत असल्यामुळे त्यांचा पर्यवेक्षक झालेला होतो; पण आपल्याबरोबर काम करणारा आपल्या डोक्यावर बसतो हे कोणालाच आवडत नाही, त्यामुळे हे त्यांनाही पसंत नव्हते. ह्या सगळ्याचा परिणाम म्हणजे त्यांच्याकडून मला सहकार्य मिळायचं बंद झालेलं होतं. पर्सोनल मॅनेजमेंटचा कोर्स शिकताना मी मोटीव्हेशन थिअरी (Motivation Theory) शिकलो होतो- म्हणजे प्रेरणेचे नियम. एखादी व्यक्ती एखाद्या गोष्टीसाठी प्रवृत्त का होते त्यासंबंधीचे शास्त्र, पण हे शास्त्र मी माझ्या कामगारांच्या संदर्भात वापरून बघितलं नव्हतं, उलट ते जेव्हा काम करीत नव्हते तेव्हा माझ्यावर जबाबदारी असल्यामुळे मीच धावून धावून सगळ्यांची कामे पूर्ण करीत होतो, त्यामुळे मला एक मिनिटाचीसुद्धा फुरसत नसायची.

मी मोटीव्हेशनची थिअरी वापरून त्यावर प्रयोग करून पाहू लागलो, त्याकरता मला वेगवेगळी पुस्तके वाचावी लागली. एकदा नाही तर अनेकवेळा वाचावी लागली. पुस्तकात काहीतरी सुचवलेले असायचे. मी तसे करून पाहायचो. काही वेळा ते यशस्वी व्हायचे, काही वेळा अपयश यायचे. मग परत जाऊन वाचायचे. असेच चालू होते. बऱ्याच वेळा अपयश आल्यानंतर आणि अनेकवेळा वाचून

झाल्यानंतरच हळूहळू मोटीव्हेशन थिअरी कळू लागली. त्याचे व्यवहारात उपयोग कसे करायचे ह्यावरचे प्रयोग यशस्वी होऊ लागले. काही महिन्यांमध्ये माझी त्याबाबतची कौशल्ये सुधारू लागली. माझे प्रोब्लेम्स हळूहळू माझ्या नियंत्रणात येऊ लागले. माझी परिस्थिती बदलू लागली, पण सगळ्यात महत्त्वाची गोष्ट म्हणजे शिक्षणाकडे पाहण्याचा माझा दृष्टिकोन बदलला. माझा बदललेला दृष्टिकोन असा होता: घोकंपट्टी करून मिळवलेले शिक्षण कुचकामी आहे ही पहिली गोष्ट आणि दुसरी गोष्ट म्हणजे वाचन, मनन, चिंतन, श्रवण आणि निरीक्षण करून मिळवलेले ज्ञान हे जास्त महत्त्वाचे आहे; शिवाय हे ज्ञान व्यवहारात आणून बघितले की त्या ज्ञानाचे विद्वत्तेमध्ये रूपांतर होते ही तिसरी गोष्ट. तेव्हापासून ते आजपर्यंत ह्या दृष्टिकोनामुळे माझ्या आयुष्यात क्रांतिकारक बदल घडून आले. हेच तर तो वक्ता बोलत होता की, दृष्टिकोन आणि कौशल्य ह्यांचा आपल्या यशात पंच्याऐंशी टक्के वाटा असतो.

ह्या दृष्टिकोनामुळेच मला त्या फुटबॉलपटूंच्या गोष्टीतील मर्मही समजले. ते फुटबॉलपटू होडी वल्हवत होते पण होडी काही पुढे जात नव्हती, कारण त्यांची होडी काठावर बांधलेली होती. होडीत बसण्यापूर्वी त्यांनी तो दोर सोडलेला नव्हता. तसेच जोपर्यंत माझ्या दृष्टिकोनात बदल झालेला नव्हता तोपर्यंत परिस्थिती 'जैसे थे' होती, पण जेव्हा माझ्या दृष्टिकोनात बदल व्हायला लागला तेव्हाच माझा दोर सुटला व माझी होडी पुढे जायला लागली. माझ्या आयुष्यात गुणवत्तात्मक बदल व्हायला लागला; विशेष म्हणजे ह्यापुढच्या आयुष्यात जेव्हा जेव्हा एखादी गोष्ट मिळवण्याकरता माझ्या प्रयत्नांना यश येत नसेल, तेव्हा तेव्हा दोर बांधलेला तर नाहीना हे तपासून बघायची सवय लागली. ही सवय म्हणजेसुद्धा त्या दृष्टिकोनाचाच भाग होता आणि जेव्हा जेव्हा असे आत्मपरीक्षण केले तेव्हा तेव्हा माझा दोर कुठेतरी बांधलेलाच आढळला. दृष्टिकोनातल्या बदलामुळे योग्य कृती निवडली जाऊ लागली, त्यामुळे वादविवाद वाचले, नातेसंबंधातले तणाव दूर राहिले, प्रचंड वेळ आणि ऊर्जा वाचली.

दृष्टिकोनातल्या बदलामुळे आपल्या वागण्यामध्ये आपोआप बदल होतात. त्या बदलांसाठी प्रयत्न करावा लागत नाही, तो आपसूक होतो. आता हेच बघा ना. एखाद्या गोष्टीचा पडताळा करून बघायची सवय आपोआप लागली. त्यासाठी काही वेगळे कष्ट घ्यावे लागत नाही, पण ह्या सवयीमुळे आणखी एक फायदा झाला- तो असा की आपल्या संस्कारांच्या नावाखाली आपल्यावर मर्यादा घालणारी, आपल्याच प्रगतीच्या आड येणारी बंधने झुगारून देणे अतिशय सोपे गेले. नाही तर कित्येकांची अवस्था 'अरे संस्कार संस्कार' ह्या गोष्टीतल्या माकडांसारखी होते. त्या गोष्टीतल्या माकडांना त्या पिंजऱ्यातल्या संस्कारांचा पडताळा करून घेण्याचे

धाडस नव्हते, त्यामुळे केळ्यांचा घड लटकत असतानासुद्धा कित्येक वेळा त्यांना अर्धपोटीच झोपावे लागत होते. मी सर्वप्रथम जेव्हा ही गोष्ट ऐकली तेव्हा ती तर माझ्या काळजातच घुसली. मी मनाशी निर्णय घेतला, मला ह्या माकडांसारखं रहायचं नाही. मला न पटलेल्या गोष्टींचा मी पडताळा करून पाहणार आणि नंतरच निर्णय घेणार. आपल्याला संस्कारांच्या नावाखाली वेळ वाया घालवणाऱ्या कित्येक चालीरीती डोक्यात भरवून दिलेल्या असतात. मी त्या केव्हाच फेकून दिल्या आहेत, त्यामुळे पाठीवरचं मणामणाचं ओझं उतरल्यासारखं वाटतं आणि स्वच्छंदीपणे आपला विकास करून घेता येतो. नाहीतरी आपल्या संस्कारांमध्ये नकारात्मक सूरच फार आहे. आज सोमवार आहे- अमुक करू नको, आज मंगळवार आहे- तमुक करू नको. आठवड्यातल्या प्रत्येक वारी- अमुक करू नको आणि तमुक करू नको. अमावास्येला खरेदी करू नको. पौर्णिमेला मांसाहार करू नको. बरं! 'असं का?' हे विचारायची सोय नाही. त्यातल्यात्यात उत्तर मिळतं, की 'शास्त्र आहे.' आता शास्त्र म्हणजे सायन्स. शास्त्र हे प्रश्नाची उकल करून सांगतं, पण आपल्या संस्कारांमधील शास्त्र म्हणजे प्रश्न न विचारता जे सांगितलंय ते करायचं. हे म्हणजे शास्त्राच्या अगदी उलट केलेलं दिसतं, परंतु बदललेल्या दृष्टिकोनामुळे असले प्रसंग हाताळणे अतिशय सोपे गेले.

पर्सोनल मॅनेजमेंटमध्ये आम्हाला मानसशास्त्र हा विषय होता. एकदा मानसशास्त्राच्या तासाला सर आम्हाला आशावाद आणि निराशावाद ह्यामधला फरक शिकवत होते. हा एक दृष्टिकोन आहे व ह्या दृष्टिकोनाचा आपल्या आयुष्यावर काय परिणाम होतो हे स्पष्ट करताना त्यांनी एक गोष्ट सांगितली. गोष्ट म्हणजे शास्त्रज्ञांनी केलेल्या प्रयोगाची गोष्ट सांगितली. ती गोष्ट ऐकून मी तर सुन्नच झालो. त्यानंतरच्या माझ्या संपूर्ण आयुष्यात निराशेला मी थारा दिला नाही. ह्या पुस्तकात लिहिलेली 'छोटीशी आशा' हीच ती गोष्ट होती. एक उंदीर छोट्या आशेवर बाहत्तर तास अन्न, पाणी आणि झोपेविना तग धरू शकतो, पण जगण्याची आशा नसेल तर फक्त दोन ते तीन मिनिटांत त्याचा खेळ खलास होतो. केवढा हा प्रचंड फरक! त्यावेळी मला आशेची शक्ती कळली.

पण याचा अर्थ असा नाही की आशेवर रहायचं आणि हातावर हात ठेवून वाट बघत बसायची आणि 'असेल माझा हरी तर देईल खाटल्यावरी' ही म्हण खरी करून दाखवायची. म्हणजे मी उल्लेखलेल्या 'माझा देवच मला वाचवील.' ह्या गोष्टीमधल्या ब्राह्मणासारखी गत करून घ्यायची, असे काही मी म्हणत नाही. त्या गोष्टीत पूर आल्यावर त्याला किती माणसे वाचवायला येतात, पण तो पुढे पाऊल टाकायला तयार नसतो. त्याचं म्हणणं असतं की माझा देवच मला वाचवील. हा काही आशावाद नाही. आशावादी राहायचं म्हणजे प्रयत्न सोडून द्यायचे असे नाही.

उलट नेटाने पुढाकार घ्यायचा.

माझे पहिले पुस्तक 'पुढाकार घ्या' हे जेव्हा पहिल्यांदा एका प्रकाशकाकडून नाकारले गेले, तेव्हा मी आशावादी होतो की दुसरा कोणी प्रकाशक हे निश्चितपणे प्रकाशित करेल. मी माझे स्क्रिप्ट दुसऱ्या प्रकाशकाकडे पाठवले, त्यांनीही नाकारले. मग तिसऱ्या प्रकाशकाकडे गेलो. त्यांनीही नाकारले, पण मी जर एवढेच करीत बसलो असतो तर ते पुस्तक कधीच प्रसिद्ध झाले नसते. ह्याला आशावाद म्हणत नाहीत. सतत अपयश येत असेल अशा वेळी आशावादी राहायचं म्हणजे आत्मपरीक्षण करायचं, दोर काठाला बांधलेला तर नाही ना हे तपासायचं, आपल्या कार्यपद्धती तपासून पाहायच्या व त्यामध्ये योग्य ते बदल करायचे आणि जोमाने कामाला लागायचं. सगळ्या नावाजलेल्या प्रकाशकांनी मला फीडबॅक दिला की भाषा सुधारायला हवी, बाकी संकल्पना चांगली आहे. मला तो फीडबॅक मान्य नव्हता, कारण माझ्या चारशे पानांच्या हस्तलिखितामधली भाषा सुधारायची असेल तर ते परत पहिल्यापासून लिहायला पाहिजे. म्हणजे आली का पंचाईत! कारण हे हस्तलिखित मी माझी नोकरी सांभाळून, रात्री-अपरात्री, तीन वर्षं लिहीत होतो. परत हे लिहून काढायचे म्हणजे पहिली तीन वर्षं वाया गेली असे मला वाटत होते. हा काही आशावाद नव्हता. शेवटी मी तो फीडबॅक पचवला व परत लिहायला घेतले, पण एवढ्यावर संपले नाही. माझे स्क्रिप्ट आणखी दोन वेळा नाकारले गेले. शेवटी चौथ्या स्क्रिप्टवर 'छपाईस योग्य.' असा शेरा आला, पण ह्यामध्ये जवळ जवळ आठ ते दहा वर्षं गेली. दरम्यानच्या काळात मला घरातले सगळेजण हसत होते. कधीही बघावं तर हा आपला काहीतरी लिहितोच आहे. कोणी ह्याच्या लिहिण्याला किंमतही देत नाही, तर मग कशाला लिहितो? असा परखड सवालही विचारत होते. पण मी लिहीतच होतो. शेवटी एकदाचे ते प्रसिद्ध झाले, एवढेच नाही तर त्यानंतरचे सगळे लिखाण काहीही फेरफार न होता प्रसिद्ध झाले. ह्याचे कारण मी त्या चार वेळा लिहिण्याच्या काळात लिहिण्याचे कौशल्य शिकलो होतो. कौशल्याचे हे असेच असते. सायकल शिकण्यासारखे असते. त्याला पुस्तक वाचून काहीही होत नाही. सायकल चालवायलाच लागते तेव्हा कुठे चालवायची कशी हे शिकता येते. अनेकवेळा धडपडावं लागतं. अनेक अपयशं पचवायला लागतात आणि परत तेवढ्याच जोमाने उठावं लागतं. प्रयत्नांचे सातत्य सोडायचे नसते. आपल्याला यश मिळाले नाही म्हणजे याचा अर्थ एवढाच की आपल्या कार्यपद्धतीमध्ये काहीतरी त्रुटी राहून गेल्या आहेत. त्या शोधायच्या, त्याची भरपाई करायची आणि कामाला लागायचं. परत अपयश आलं तरी, परत काहीतरी त्रुटी राहिल्यात असे समजायचे व परत कामाला लागायचे. जोपर्यंत आपल्या मनासारखे यश मिळत नाही, तोपर्यंत असाच विचार करत राहायचा; ह्यालाच आशावाद म्हणतात.

एकदा एका कार्यशाळेत वक्त्याने 'दोन भिक्षुकांची गोष्ट' सांगितली. आम्ही सगळेचजण त्या दुसऱ्या भिक्षुकाला हसलो होतो, पण तेवढ्यात वक्त्याने त्याच्यावर चर्चा सुरू केली व ह्या गोष्टीवरून आपल्याला काय घेता येईल हे आम्हाला समजावून सांगितले. त्या चर्चेमध्ये मला कळले की कित्येकवेळा मीसुद्धा त्या दुसऱ्या भिक्षुकासारखाच वागतो. त्याच सुमारास माझे माझ्या पत्नीशी भांडण झाले होते, पण ते पंधरा दिवसांपूर्वी झाले होते आणि माझ्या लक्षात आले की मी आजही ते ताजेच ठेवले व त्यामुळे मी तिच्याशी बोलतच नव्हतो. आज काही झाले नाही. जे काही झाले ते पंधरा दिवसांपूर्वी, पण मी ते माझ्या मानेवर आजही ठेवले होते. अगदी त्या भिक्षुकासारखेच. पाच किलोमीटरचे अंतर हा भिक्षुक त्या परस्त्रीला मानसिकरित्या घेऊन चालला होता. घटना घडली भूतकाळात. वर्तमानकाळ स्वच्छ आहे, पण आपण ओढून ताणून भूतकाळातील घाण वर्तमानकाळात आणून तो वर्तमानकाळही घाण करून टाकतो. तेव्हापासून मी आणि माझ्या पत्नीने ठरवले, ह्या दुसऱ्या भिक्षुकाला आपल्या घरातून काढून टाकायचे. वर्तमानकाळ नव्याने सुरू करायचा. आदल्या दिवशी भांडण झालं तरी दुसऱ्या दिवशी त्यातला कणही येऊ द्यायचा नाही, ह्यामुळे माझ्या आणि पत्नीच्या नातेसंबंधामध्ये खूप सुधारणा झाली. ह्या दृष्टिकोनामुळे माझ्या व्यावसायिक आयुष्यातही खूप फरक पडला. कित्येकवेळा आपले आपल्या सहकाऱ्यांशी मतभेद होतात व त्यामुळे नातेसंबंधात थोडी नाराजी येते व ती आपण पुढे कित्येक दिवस चालू ठेवतो. त्यावेळी वर्तमानकाळ अगदी स्वच्छ असतो, पण आपण भूतकाळातील काहीतरी खुसपट काढत असतो. हे सगळे बंद झाल्यामुळे इतरांच्या सहकार्यात प्रचंड मोठा फरक झालेला होता. ह्या गोष्टीमुळे आयुष्यात खूपच समाधान आणि समृद्धी आली.

पर्सोनल मॅनेजमेंट शिकताना आमच्या एका सरांनी 'इंग्लंडमधील बॉबी'ची गोष्ट सांगितली होती. मला ती फारच भावली होती. संभाषण आणि वाटाघाटी सतत सुरू ठेवल्या तर आपण इतरांना प्रेरित करू शकतो. संभाषणाची ही जादू पडताळा करून पाहायचे ठरवले. मला तशी सवयच लागलेली होती. मी जे जे शिकत होतो, वाचत होतो, श्रवण करत होतो, त्याचा पडताळा करून पाहिलेला फायदेशीर असतो हे मला कळले होते. ह्या सवयीमुळे माझ्या दृष्टिकोनात बदल झालेलाच होता, अनेक कौशल्ये सुधारलेलीच होती. आता मी संभाषणकौशल्यावर भर द्यायचे ठरवले.

संभाषणामध्ये खरोखरीच जादू आहे. इतरांना सहकार्यासाठी प्रेरित करणे, आपल्यासाठी काम करायला प्रेरित करणे म्हणजे अगदी तारेवरची कसरत आहे, त्यामध्ये यशस्वी होणारी एक 'भाषा' आहे आणि अयशस्वी होणारीही 'भाषा' आहे, पण ह्या दोन्ही भाषांमध्ये फरक इतका मामुली आहे की सुरुवातीला विश्वासच

बसत नाही. फक्त एखादा शब्द वापरल्याने किंवा टाळल्याने आपले काम होणार असते किंवा बिघडणारही असते, पण हे आपल्याच शब्दामुळे होते हे पटायला कठीण जाते.

'तू माझं ऐकूनच घेत नाहीस!' असं म्हटलं की समोरची व्यक्ती खरोखरच ऐकून घेतच नाही. आपलं म्हणणं पटवायचं असेल तर समोरच्यानं ऐकून घेणं हे अतिशय महत्त्वाचे आहे, त्यामुळे आपल्याला आपल्या भाषेमध्येच परिवर्तन करायला पाहिजे. 'प्रथम तू तुझे म्हणणे मांड, मी ऐकून घेतो; त्यानंतर मी माझा मुद्दा मांडतो, तू ऐकून घे. शेवटी दोघांना फायदेशीर असा पर्याय आपण पाहूया, चालेल का?' ही भाषा निश्चितपणे समोरच्याचा स्वाभिमान जपणारी आहे, त्यामुळे तो ह्याला सहसा तरी नकार देत नाही व वाटाघाटी पुढच्या पायरीवर जातात.

संभाषणाचे कौशल्य शिकताना तुम्हाला एक वेगळाच साक्षात्कार होईल. संभाषणामध्ये आपण दुसऱ्याचे ऐकून घेणे हे सगळ्यात महत्त्वाचे आहे. तसे केले तर वाटाघाटी सुरू राहतात. प्रत्येकाला स्वाभिमान असतो व तो आपण जपायचा असतो. आपल्या भाषेतल्या एका छोट्याशा शब्दामुळे एखाद्याचा स्वाभिमान दुखावला जातो व तो आपलं ऐकून घेत नाही. त्याने ऐकून घेणं हे जर अतिशय महत्त्वाचे असेल तर प्रथम आपण त्याचे ऐकून घेणे हे दुप्पट महत्त्वाचे होते. शिवाय संभाषणामध्ये, तुम्हाला असे जाणवेल की आपली बोलण्याची सुरुवात 'नाही' ह्या शब्दापासून होते, म्हणजे समोरचा काही बोलत असेल व आपल्याला वेगळे मत मांडायचे असेल तर आपण लगेच 'नाही, असे नाही. तू चुकतोयस.' अशी करतो. हे शब्द दुसऱ्याचा स्वाभिमान दुखावतात, पण त्याच वेळी आपण 'ठीक आहे, हे तुझे म्हणणे आहे, पण मी ह्या दृष्टिकोनातून विचारच केला नव्हता. माझा दृष्टिकोन वेगळा आहे.' असे म्हटले की सहसा तरी तो विचारेल 'तुझा दृष्टिकोन कोणता आहे?' मग संभाषण पुढच्या पायरीवर सरकते, नाही तर 'तू चूक की मी बरोबर?' ह्या एका विचाराभोवती ते फिरत राहते. वाटाघाटी पुढे सरकल्या पाहिजेत, ह्याकडे डोळ्यात तेल घालून लक्ष द्यावे लागते हे तुम्ही अनुभवाने शिकाल, त्यासाठी वेगवेगळ्या युक्त्या वापरायला लागतील. ही कला अशी आहे की ही शाळेच्या वर्गात बसून शिकता येणार नाही. तुम्हाला अनेक प्रयोग करून पाहावे लागतील, पण एकदा तुम्ही जर ही कला आत्मसात केलीत की तुम्हालाही वेगवेगळ्या युक्त्या सुचतील व आपल्या पारड्यात यश कसे पाडायचे हे कळेल. आपल्या सगळ्या प्रयत्नात फक्त दुसऱ्याचा अभिमान जपायचा. 'तो चूक की मी बरोबर?' ह्यापेक्षा 'आत्ता काय करणे योग्य आहे?' ह्यावर भर द्यायचा की झालं काम.

हे सगळे करत असताना आणखी एक महत्त्वाची गोष्ट सांगावीशी वाटते व

ती म्हणजे आपण सगळेजण कशासाठीतरी प्रेरित असतो. काहीजण ध्येयाकडे पोहोचण्यासाठी प्रेरित असतात तर काहीजण कटकटीपासून दूर पळण्यासाठी प्रेरित असतात. 'प्रेरित रहा व प्रेरणा द्या.' ह्या माझ्या गोष्टीत मी आपली प्रेरणा कशी कार्यान्वित होत असते त्याविषयी लिहिलेले आहे. आपण सगळेजण एकतर ध्येयाकडे जाण्यासाठी प्रेरित असतो किंवा कटकटीपासून दूर पळण्यासाठी प्रेरित झालेले असतो. कटकटीपासून दूर पळताना आपण नाइलाज म्हणून पळत असतो, तर ध्येयाकडे जाताना आपल्या प्रेरणेची ऊर्जा आपल्याला मनापासून काम करायला लावते. असल्या प्रयत्नांना नेहमीच समाजातही चांगले स्थान मिळते. कटकटीपासून लांब पळताना आपली कृती नाइलाजास्तव झालेली असते. असल्या कृतीमध्ये बऱ्याचवेळा नशिबाचा भाग असतो, नाहीतर आगीतून सुटून फुफाट्यात पडायची भीती असते. एकदा चक्क माझी अशीच परिस्थिती झाली होती. एका कडक बॉसच्या जाचातून सुटण्यासाठी म्हणून मी नोकरी बदलली. जी नोकरी मिळाली ती घेतली. मला वाटले की सुटलो, पण उलट पुढच्या नोकरीमध्ये तर त्याहीपेक्षा कठीण परिस्थितीत अडकलो. तेव्हापासून अशा कृतीविषयी कानाला खडा लावला. मी माझी ध्येयं ठरवली आणि मग त्याकडे प्रेरित राहिलो.

ध्येय ठरवताना ती कशी ठरवावी हे 'संकल्प' ह्या लेखामध्ये लिहिले आहेच. त्यामध्ये एक तक्ता दिलेला आहे. तो तक्ता तयार केला तर आयुष्यात एक दिशा मिळेल. आपल्याला आयुष्यात काय हवं आणि काय नको आहे, शिवाय आपल्याकडे अगोदरच काय आहे व काय नाही ह्याचा तक्ता तयार करा. त्या तक्त्यामुळे फायदा असा होईल की आपल्याकडे जे काही आहे त्याबद्दल सर्वप्रथम कृतज्ञता व्यक्त करायला शिकाल, त्यामुळे ध्येयाकडे जाताना एक अतिशय शक्तिशाली बॅकग्राउंड तयार होईल. कोणत्याही गोष्टीला एक मजबूत पाया लागतो, त्यावरच मोठी इमारत उभारता येते. ह्या गोष्टीमुळे एक मजबूत मानसिक पाया निर्माण होतो, ह्याचा अनुभव येईल.

माझा कॉर्पोरेट प्रवास अगदी तळागाळातून झाला. त्या प्रवासात हळूहळू मी बरीच कौशल्ये शिकलो. माझ्या दृष्टिकोनात बदल झाला, त्यामुळेही आणखी वेगळी कौशल्ये शिकलो. कालांतराने मी माझे वक्तृत्व सुधारले. इंग्रजी भाषाही सुधारली, त्यानंतर कॉर्पोरेटमध्ये लोकांना ट्रेनिंग देऊ लागलो. माझ्या टीम बिल्डिंगच्या ट्रेनिंगमध्ये मी 'ससा आणि कासवाची गोष्ट' हमखास वापरायचो. ती गोष्ट मला इमेलने आली होती. त्या गोष्टीत काही काल्पनिक मुद्दे टाकून छानपैकी फुलवलेली आहे. ज्या कोणी ती फुलवली आहे त्याने सगळ्यांनाच अतिशय महत्त्वाचा धडा दिलेला आहे. कोणीही माणूस आजच्या आधुनिक युगात एकटा काहीही मिळवू शकणार नाही, तुम्हाला तुमची ध्येयं साध्य करण्यासाठी दुसऱ्यांचे सहकार्य

मिळवायलाच लागेल. त्यासाठी तुम्हाला त्यांची स्वप्ने साकारण्याच्या कामामध्ये त्यांना सहकार्य करावे लागेल. हे जर जमले नाही तर तुम्हाला काहीही मिळवता येणार नाही. आपल्याला जर काही मिळवायचं असेल तर दुसऱ्यांचे सहकार्य अनिवार्य आहे, शिवाय ते मिळवायचे असेल तर सर्वप्रथम मला सहकार्य करायलाच पाहिजे. एकदा एका कॉर्पोरेटमध्ये मला बढती मिळाली, पण माझ्या सहकाऱ्याला मिळाली नाही. आम्ही दोघं बरोबर काम करीत होतो. माझ्या प्रमोशनमुळे तो नाराज झाला व त्याने माझ्याशी अबोला धरला. काय झाले ते माझ्या लक्षात आले, पण माझ्या आणि त्याच्या कामाचा घनिष्ठ संबंध असल्यामुळे मला त्याच्याशी अबोला धरून चालणार नव्हते, उलट मला त्याचे सहकार्य अनिवार्य होते. तो माझ्याशी बोलत नव्हता, पण मी त्याच्याशी अगदी पूर्वीप्रमाणेच बोलत राहिलो. मी त्याच्याशी सहकार्य करीतच राहिलो. तो कित्येकवेळा कामाच्या संदर्भातल्या गोष्टी मला सांगत नसे, त्यामुळे माझी पंचाईतही होत होती, पण मी त्याला उपयुक्त अशा गोष्टी करीतच राहिलो. कालांतराने त्याला त्याचा पवित्रा बदलायला लागला व तोही मला सहकार्य करू लागला, त्यामुळे आमच्या डिव्हीजनचा फायदा झाला आणि पुढच्या वर्षी त्यालाही प्रमोशन मिळाले. माझ्यावर आलेली परिस्थिती मी चांगल्या रीतीने हाताळली हे व्यवस्थापनाच्या लक्षात आले, त्यामुळे मला पुढे आणखी काही चांगल्या संधी मिळाल्या. सहकार्यामुळे सगळ्यांचा फायदा होतो.

'कॉर्पोरेट जगातले नियम' मला इमेलने कोणीतरी पाठवले. त्या आहेत मजेदार काल्पनिक गोष्टी. मला ती इमेल पॉवर पॉइंट प्रेझेंटेशनमध्ये सात आठ वर्षांपूर्वी आली होती, पण ती फाईल आजही माझ्या संग्रही आहे. त्या छोट्या छोट्या काल्पनिक गोष्टींतून जरूर धडे घेण्यासारखे आहेत. तुम्हाला जर कॉर्पोरेटच्या पायऱ्या चढायच्या असतील तर ह्या गोष्टी आणि त्याची तात्पर्य लक्षात ठेवणे आवश्यक आहे.

'हरीशची गोष्ट' म्हणजे काही ऐकीव किंवा कुठे वाचलेली नाही. हरीशचा आणि माझा परिचय झाला तो एका ट्रेनिंगच्या कार्यक्रमात. तेथे त्याने आपली कहाणी सांगितली होती. शाळेतल्या एका मानसिक धक्क्यामुळे पुढची वीस-पंचवीस वर्षं त्याने स्वतःच्या हाताने तो धक्का ताजा ठेवला. 'दोन भिक्षुकांची गोष्ट' आठवते का? त्या दुसऱ्या भिक्षुकाने जसा वेडेपणा केला होता तसाच वेडेपणा हरीशनेही केला होता. तो वेडेपणा आहे हे समजायला वीस-पंचवीस वर्षांचा काळ वाया गेला. ह्या पंचवीस वर्षांत त्याची किती प्रगती होऊ शकली असती! किती संधी त्याच्या हातून हुकल्या असतील, पण आता ह्यावर जास्त विचार करत वेळ आणखी घालवण्यात अर्थ नाही. हरीशने आपली चूक सुधारली. आता तो एक उत्तम वक्ता आहे, तो एक यशस्वी उद्योजक आहे.

पण एवढं सगळं असून, एवढ्या सगळ्या सकारात्मक गोष्टी अमलात आणूनसुद्धा क्वचित कधीतरी असे प्रसंग ओढवतात की 'हे माझ्याशीच का झालं? मी एवढं सगळं चांगलं वागून मलाच का दोष मिळाला? माझ्यावरच अन्याय का?' अशी प्रतिक्रिया तोंडून येते. असले प्रसंग प्रत्येकावर येणार असतात. माझ्यावरही आले होते. अशावेळी मला 'यालाच जीवन ऐसे नाव' ही गोष्ट उपयोगी पडते. त्या गोष्टीत चांगला कुत्रा बळी पडतो आणि खरा दोषी वाघ सहीसलामत राहतो. आपल्याही आयुष्यात कधी कधी आपला दोष नसतानाही आपला बळी जाईल म्हणजे अब्रूनुकसानी होऊ शकते, विश्वासघात होऊ शकतो, भाऊबंदकीमध्ये रूपांतर होऊ शकते. ह्या जगात काही स्वार्थी मंडळीसुद्धा आहेत. ते कोणत्यातरी संधीची वाटच पाहत असतात आणि आपण गाफील असताना डाव साधतात. अशावेळी 'याला जीवन ऐसे नाव' असे म्हणायचे व त्यातून धडा घ्यायचा व पुढची वाटचाल चालू ठेवायची.

भगवद्गीतेमध्ये भगवान श्रीकृष्णाने अर्जुनाला विश्वरूप दर्शन दिले होते. त्या दर्शनामध्ये सर्व काही होते. जन्म, मृत्यू , सुख, दु:ख, संकट, स्वार्थीपणा, नि:स्वार्थी वर्तन, बंड, युद्ध, वगैरे वगैरे सर्वकाही. ही सगळी त्याचीच रूपे आहेत. ह्यातील सगळ्या प्रसंगांतून प्रत्येकालाच जावे लागते. जेव्हा दु:ख पदरी येतं तेव्हा उगाचच 'माझ्याच पदरी हे का?' असे बोलण्यात काही अर्थ नाही. उलट 'जे जे काही होतं ते चांगल्यासाठीच होतं', असे म्हणून पुढची वाटचाल करावी. ह्या गोष्टीतही आपण बघितलं की राजावर जो वाईट प्रसंग येतो व त्याचे एक बोट वाघाशी झुंज करताना तुटते, त्यामुळे तो अतिशय दु:खी होतो, पण त्याच गोष्टीमुळे पुढे त्याचा जीव वाचतो. आज आपल्यावर कठीण प्रसंग बेतला असेल, अन्याय झाला असेल, विश्वासघात झाला असेल, अपघात झाला असेल; पण तो दुर्दैवी प्रसंग म्हणजे कायमचे दुर्दैव असेलच असे नाही. त्यातून पुढे काहीतरी चांगले घडूही शकते. खरं म्हणजे या जगात कोणतीही गोष्ट कायम नसते. जग हे सतत बदलत असते. आज जे आपल्याला चांगले वाटते त्यातून दुर्दैवी प्रसंगही घडू शकतो किंवा आज जो अन्यायकारक प्रसंग आहे त्यातून काहीतरी चांगलंही घडू शकते, त्यामुळे आपण सतत सतर्क तर राहिलेच पाहिजे, पण जर वाईट प्रसंग आले तरी डगमगून जाता कामा नये. जे काही होतं हे चांगल्यासाठीच होतं हा दृष्टिकोन जर घेतलात तर आपल्याला त्या वाईट प्रसंगातून लवकर बाहेर पडता येऊ शकतं.

दु:खद प्रसंगात आपल्याला काहीतरी शिकण्यासारखे असते. ते आपण शिकत नाही, म्हणूनच तर ते प्रसंग आपल्यावर येतात. जर आपल्यावर सतत संकटे येत असतील तर 'माझ्यावरच असे प्रसंग का?' असे म्हणत बसले तर ह्या

प्रश्नामुळे आपल्याला एकाही प्रॉब्लेम सोडवता येणार नाही, उलट आपल्या समस्या वाढतील, पण हे प्रसंग माझ्याच चांगल्यासाठी आहेत, त्यात निश्चितपणे मला शिकण्यासारखेच असणार असे म्हटले तर आपल्याला त्यातून जे शिकायचे आहे ते निश्चितपणे मिळते. असल्या प्रसंगातून आपल्याला जे धडे शिकायचे असतात, जे दृष्टिकोन उचलायचे असतात ते आपल्या भविष्यासाठी अत्यंत मोलाचे असतात. आपले भविष्य उज्ज्वल करण्यासाठी त्याची पूर्वतयारी होते. मला प्रमोशन मिळाले, पण माझे सहकारी माझ्यावर जळतात आणि आता माझ्याशी सहकार्य करत नाहीत. माझी एकही चांगली गोष्ट लोकांना बघवत का नाही? माझ्यावर नेहमीच असले प्रसंग का येतात? असा सवाल केला तर काहीही होणार नाही. सहकार्य कस मिळवायचे ह्याचे कौशल्य शिकण्यासाठी माझ्यावर हा प्रसंग आला असे म्हटले की आपली वाटचाल पुढे चालू राहते. ज्या क्षणी आपण ह्या प्रसंगातून योग्य धडा उचलतो, त्या क्षणापासून असले प्रसंग आपल्यावर येणं बंद होते. सहकार्य मिळवायची गुरुकिल्ली जेव्हा मिळते तेव्हा इतर आपोआपच सहकार्य करू लागतात. ज्याच्यावर आजारपणाचे प्रसंग वारंवार येतात, त्याला निसर्ग आरोग्याचे महत्त्व शिकवत असतो, त्यासाठी प्रतिबंधात्मक उपाय करावेत असे प्रत्येक आजारातून सांगत असतो. जोपर्यंत तो माणूस हे शिकत नाही तोपर्यंत त्याच्यावर आजारपणाचे प्रसंग येत असतात. ज्या क्षणी तो शिकतो व त्याप्रमाणे अमलात आणायला लागतो तोपर्यंत ते प्रसंग येत राहतात. जी व्यक्ती दुसऱ्यांवर अतिविश्वास दाखवत असते त्यालाच त्याच्या जवळची माणसेही फसवतात व विश्वासघात करतात. अशा माणसाला विश्वास आणि अतिविश्वास ह्यामधला फरक शिकायचा असतो. ज्या दिवशी तो माणूस ह्यातले मर्म शिकतो व त्याप्रमाणे प्रतिबंधात्मक उपाय करतो, त्या क्षणापासून त्याच्या जवळची माणसेही त्याच्याशी प्रामाणिक राहतात, तसेच अतिसंशयी माणसालासुद्धा असलाच अनुभव येतो. त्याच्या अतिसंशयामुळे त्याच्या जवळची माणसेही त्याच्यावर विश्वास ठेवीत नाहीत व त्याला तोंडघशीच पाडतात. ज्या क्षणी तो असल्या प्रसंगातून योग्य तो धडा शिकतो तोपर्यंत असले प्रसंग घडतच राहतात. अतिरागीट माणसालासुद्धा हाच अनुभव येतो. त्याच्या रागीट स्वभावामुळे त्याचे प्रत्येक ठिकाणी अडतेच. जोपर्यंत विश्वासार्हता आणि संयम असले धडे शिकून योग्यपणे त्याची अंमलबजावणी होत नाही, तोपर्यंत त्याला तोंडघशी पडायचे प्रसंग येतच राहणार. ज्या माणसाच्या हातातोंडाशी आलेला घास नेहमीच काढून घेतला जातो त्या माणसाला सतर्कपणाचा धडा शिकायचा असतो. स्पर्धा करीत असताना स्पर्धेचा शेवटचा टप्पा अतिशय महत्त्वाचा असतो व तेथे सतर्कपणाच जरुरीचा असतो. आपण कोणत्याही गोष्टीला गृहीत धरून चालणार नाही, हेच शिकायचे असते. जोपर्यंत ती व्यक्ती योग्य तो

धडा उचलत नाही, तोपर्यंत असले दुर्दैवाचे प्रसंग चालू राहतात. ज्या क्षणी सतर्कपणा म्हणजे काय व शेवटच्या टप्प्यात तो कसा अमलात आणावा हे त्याच्या लक्षात येतं, तोपर्यंत तोंडचा घास त्या माणसाच्या डोळ्यादेखत दुसऱ्याच्या घशात पडतो, त्यानंतर असला दुर्दैवी प्रसंग घडत नाही.

खरं म्हणजे प्रत्येक दुर्दैवी प्रसंगात आपल्या भरभराटीच्या आड येणारी एखादी गोष्ट अडकलेली असते. जर आपल्यावर असले प्रसंग वारंवार येत असतील तर त्याचा एवढाच अर्थ होतो की आपल्याला ती गोष्ट लवकरात लवकर शिकायची असते, त्यासाठीच असले प्रसंग वारंवार घडत असतात. ज्या क्षणी आपण ती गोष्ट शिकतो त्या क्षणापासून आपला भरभराटीचा मार्ग मोकळा होतो. ह्या दृष्टिकोनामुळे दुर्दैवी प्रसंग दुर्दैवी राहत नाही, उलट आपल्या समृद्धीची एक संधी होते, म्हणूनच म्हणतात जे जे होते ते चांगल्यासाठीच होते. नियतीची शाळा तर जन्मभर चालूच असते. एका प्रसंगातून शिकले म्हणजे पूर्ण होत नाही तर लगेच दुसऱ्या इयत्तेचा धडा सुरू होतो, पण जोपर्यंत पहिलीची परीक्षा पास होत नाही, तोपर्यंत दुसऱ्या इयत्तेत जाता येत नाही हा तर नियम सगळ्यांनाच लागू होतो. कठीण प्रसंग तर आलेच पाहिजेत, ते पार केल्यावरच त्या पाठोपाठ येणारे कठोर प्रसंग झेलता येतील- त्यामध्ये दुर्दैव वगैरे काहीही नसतं. निसर्ग फक्त आपली पूर्वतयारी करून घेत असतो.

यालाच जीवन ऐसे नाव!

■

अभ्यासासकट इतरही अनेक गोष्टीत मुलांना हुशार करण्यासाठी...

पाल्य व्यक्तिमत्त्वाचा कानमंत्र

संजीव परळीकर

आपले पाल्य यशस्वी व्यक्तिमत्त्वामध्ये गणले जावे, अशी प्रत्येक पालकाची इच्छा असते. त्यासाठी शालेय जीवनापासूनच त्यांच्या यशोगाथेची घोडदौड यशस्वी राहावी म्हणून पालकांची चढाओढ सुरू होते. ही चढाओढ पाहून काही विचार वाचकांसमोर मांडावेसे वाटतात. मुलांमध्ये आत्मविश्वास, कल्पकता, धडाडी नसेल, पुढाकार घेण्याची तयारी, निर्णय घेण्याची क्षमता नसेल, सुदृढ आरोग्य नसेल, तर मिळालेले मार्क कुचकामी ठरतात. परीक्षेत मिळालेल्या मार्कांचा यशस्वी व्यक्तिमत्त्वामध्ये फक्त पंधरा टक्के वाटा असतो. उरलेला पंच्याऐंशी टक्के वाटा दुर्लक्षित राहिलेला असतो व त्याची कसर कोणतेही क्लासेस भरून काढू शकत नाहीत. याच दुर्लक्षित बाबींकडे पालकांचं लक्ष वेधायचा प्रयत्न ह्या पुस्तकामध्ये केलेला आहे.

यात मुलांच्या शालेय अभ्यासाविषयी तसेच अभ्यासाव्यतिरिक्त परंतु अभ्यासाला पूरक अशा गोष्टींची तपशीलवार चर्चा केलेली आहे. कारण याच गोष्टी बऱ्याचवेळा दुर्लक्षित असतात. आपल्या पाल्याचा दृष्टिकोन कसा घडवायचा ह्याबद्दल बरेच पालक उदासीन असतात. महत्त्वाची गोष्ट अशी की, यशस्वी व्यक्तिमत्त्वात ह्याचा खूप मोठा वाटा आहे.प्रत्येक पालकाने जर ह्या गोष्टींची काळजी घेतली, तर पालक आणि पाल्य ह्यांमधील नातेसंबंध अधिक मजबूत होतील.